The Women Carry River Water

The
Women
Carry
River
Water

&

POEMS

NGUYEN

QUANG

THIEU

Edited & translated by

Martha Collins &

Nguyen Quang Thieu

with Nguyen Ba Chung

University of Massachusetts Press & *Amherst*

Translations copyright © 1997 by Martha Collins and Nguyen Quang Thieu

Printed in the United States of America

LC 96–48658

ISBN 1–55849–086–8 (cloth); 087–6 (pbk.)

Printed and bound by Braun-Brumfield, Inc.

Library of Congress Cataloging-in-Publication Data

Nguyên, Quang Thiêu.

    The women carry river water: poems / by Nguyen Quang Thieu;

    edited and translated by Martha Collins and Nguyen Quang Thieu with

    Nguyen Ba Chung.

      p. cm.

      ISBN 1–55849–086–8 (cloth : alk. paper). —ISBN 1–55489–087–6

    (pbk. : alk. paper)

      I. Collins, Martha, date. II. Title.

    PL4378.9.N54185W66   1997

    895.9'22134—dc21   96–48658

                                                  CIP

This book is published with the support and cooperation of the University of Massachusetts, Boston, the William Joiner Center for the Study of War and Social Consequences, and the National Endowment for the Arts, an independent federal agency.

British Library Cataloguing in Publication data are available.

Contents

Acknowledgments

We would like to express our deep gratitude to Kevin
Bowen, director of the William Joiner Center, where this
project began and from which it has continued to receive
enthusiastic support; to the Witter Bynner Foundation,
whose financial support made it possible to complete; and to
Nguyen Ba Chung and Yusef Komunyakaa, whose contributions are described in the translator's preface. We are also
extremely indebted to Fred Marchant, Lady Borton, and
Bruce Weigl for their important help and encouragement
throughout the translation process; to Paul Wright, our
editor at the University of Massachusetts Press, for his
patience, understanding, and generosity; and to Edie Shillue,
who transcribed the Vietnamese text.

Martha Collins is also grateful to the Vietnamese writers,
including Huu Thinh, Nguyen Duy, Nguyen Quang Sang,
Phan Tiem Duat, To Nhuan Vy, Tran Dang Khoa, Vo Que,
and Vu Tu Nam, who contributed much to her understanding of their country and culture when she visited Viet Nam
to work on these translations; to the American writers who
read some or all of them in manuscript, including Pamela
Alexander, John Balaban, Ed Barrett, L. R. Berger, Marguerite Bouvard, Teresa Cader, Mary Campbell, Jane
Cooper, and Stephen Tapscott, as well as Fred Marchant and
Bruce Weigl; and to Ngo Nhu Binh of Harvard University,
her Vietnamese teacher, whose patience and generosity, in
both his teaching and his reading of the manuscript, contributed much to her understanding of the poems.

Finally, we wish to thank the following publications,
where some of these translations first appeared:

AGNI: "The River"

American Poetry Review: "My Mother's Hair," "Nightmare," "The Dawn Is Rising"

Boston Phoenix: "The Women Carry River Water"

Boston Review: "The Đáy River," "The Stars"

Compost: "My Dogs," "Repentance," "The Black Ants," "Motion," "Moonlight and a Doorstep"

Field: "Song," "The Examples," "The Women of Winter," "Summoning Souls," "A Harmony of Singular Beings"

Gulf Coast: "The Field," "The Habit of Hunger," "Music," "My Dark Town"

Harvard Review: "Sleeping In"

Manoa: "A Song of My Native Village," "October," "New Students, Old Teacher"

Ploughshares: "Two Seals"

Poet Lore: "Boats on the Đay River," "Daybreak"

Poetry International: "Eleven Parts of Feeling"

Salamander: "I Cry For the Fields of Cudweed," "Dream of the Church"

Seneca Review: "My Father's Laughter," "The Sound of Sniper Fire," "The Last Will and Testament of the Future"

Viet Nam Forum: "A Question for the End of Day"

Writing between the Lines: An Anthology on War and Its Social Consequences (University of Massachusetts Press, 1997): "Time," "The Inn of Snake Alcohol," "Motion," "New Students, Old Teacher"

Stories from Bao Van Nghe (Yale University Council on Southeast Asia Studies, 1996): "A Question for the End of Day"

Translator's Preface

I met Nguyen Quang Thieu in 1993 when I was teaching a translation class for the William Joiner Center Writers' Workshop at the University of Massachusetts, Boston. There, since 1989, American poets and writers, many of them veterans, have come to teach and to learn for two weeks each summer, joined by several visiting writers from Viet Nam. Thieu was one of the visitors that year, and one day he brought in his own English versions of three of his poems.

Thieu was born in 1957 in Chua Village, Ha Tay Province, fifty miles west of Ha Noi. He attended the village school, and entered Ha Noi University in 1975; from 1984 until 1989, he studied Spanish and English in Cuba. He began writing in 1982 and has published four books of poetry in Viet Nam: *The House of the Green Age* (1990), *The Insomnia of Fire* (1992), *The Soldiers of the Village*, a book-length poem (1994), and *The Women Carry River Water* (1995); he has also published four novels, two collections of short stories, and a book of stories for children. He has won prizes for both poetry and fiction, and in 1993 *The Insomnia of Fire* won the Writers' Association National Award for poetry, one of Viet Nam's most important literary prizes.

Even in their rough English versions, the poems I first saw impressed me as a rare combination of exact observation and slightly surreal but always meaningful shifts of perception. Thieu has referred to himself as a "dreamy" poet, and clearly the function of dream—and waking dream—is important in his work. But he not only taps psychological depths in his poems; he also conveys a remarkable sense of his culture. To experience the rich imagery of Thieu's poems is to learn a great deal about daily life in northern Viet Nam; to see beneath the surface of that imagery is to discover something of the past, the present, and perhaps even the future of his country and its people. Thieu was still in school when the American War ended, and he identifies himself as one of the "new generation" of Vietnamese writers. That identification is significant: that he was honored with the national poetry award and that his work has generated an enormous amount of discussion, both in and out of print, suggest his importance in contemporary Vietnamese literature. At the same time, the deep sense of his culture that Thieu's work conveys, coupled with the knowledge of the devastation that the War inflicted on that culture, gives great poignancy to the poems.

The translations have been through several stages. My first response to Thieu's English versions was to ask him about lines I didn't understand, references that were puzzling, connections between lines that were unclear to me. Then, for some time, I worked with his versions, trying to make them as smooth and clear as I could. Thieu has translated poems and essays by many American poets, including a book-length collection of Charles Simic's work, as well as a volume of Australian short stories. His rough translations of his own poems were therefore usually easy to follow, and it seemed for a while that I would be able to rely on them exclusively. But at some point I began to look at the Vietnamese poems themselves, and discovered that their appearance on the page was sometimes different from that of the English versions.

This incongruity led to a second major stage of the translation process: using a Vietnamese/English dictionary, I correlated the translations with their originals and thus began to explore the poems more fully and carefully. Working with the dictionary gave me a better sense of Thieu's use of line and repetition and allowed me to formulate a new and more detailed series of questions. The next stage, then, involved a sometimes line-by-line discussion of the poems with him, using the Vietnamese and his original translations as well as my own emerging versions. This work in turn led me to an elementary study of Vietnamese, which has allowed me to experience something of the shape, the form, and even the sound of the poems.

I have not tried to capture that sound, except in the broadest sense. When Thieu told me that "The Dawn Is Rising" is very powerful when read aloud, for instance, he gave me the clue I needed to finish what until then had seemed a difficult translation. But I have tried, except when the English became unwieldy or the rhythm awkward, to honor the integrity of Thieu's lines, which are usually both syntactically and imagistically self-contained. My central aim throughout has been to create translations that sound like English poems and yet reveal, line by line, their Vietnamese origins. What has made that possible is the importance of image, which is not ornamental in these poems, but organically central. I have omitted little, except in cases where a single image or thought became more elaborate than the English line would easily tolerate, or where repetitions served no poetic function in translation; I have made no additions, except, on rare occasions, to clarify.

It is true that the full force of some of the images and references will not be felt by English-speaking readers. The river gobies that hollow out nests in the muddy banks of rivers, while common in Viet Nam, may seem like very peculiar fish to Americans, as may the falls-climbing perch of "The River." And some of the cultural references may seem more surreal to us than they would to a Vietnamese reader: the liquor made with snakes, which names "The Inn of Snake Alcohol," and the foods typical of those left on graves at the end of "Song" are examples. I have tried to incorporate unobtrusive explanations for some of these references, adding "for the dead" to the last line of "Song," for instance; and in a very few cases I have sacrificed a literal meaning in order to retain the deeper intention of a line, as in the end of "Eleven Parts of Feeling" VII, where the original refers to the "grilled powdered rice" that is thrown on the water to lure fish in Viet Nam. But the pleasure of entering the culture through these powerful images has been paramount in my own involvement with them, and I wanted to let the reader share that experience, uninterrupted by notes.

I have continued to be in touch with Thieu during all stages of translation, and was able, thanks to a Witter Bynner grant, to discuss the overall shape of the book with him during a trip to Viet Nam in January 1995. Most of the poems presented here are from two of his poetry collections; many in the first part are from his second collection, *The Insomnia of Fire*, and most of those at the end are from his fourth, *The Women Carry River Water*. But the order of the poems, based on Thieu's initial suggestions and modified through collaboration, reflects an emotional chronology rather than the order of publication, with the long poem "Eleven Parts of Feeling" functioning as a kind of center and turning point.

The final work on the individual translations involved Nguyen Ba Chung, who read through the completed translations in search of errors and missed nuances. Chung is a poet who writes in Vietnamese but has lived in the United States for over twenty years and is thus able to negotiate freely between the two languages. He was also the preliminary translator of "The Habit of Hunger," "Repentance," and "Dream of the Church," and I am grateful to him for his work.

And I am grateful to Yusef Komunyakaa, whose interest in these poems preceded my own and whose encouragement of Thieu was crucial at the beginning of this project.

All of us who worked with Thieu are extremely pleased

to be presenting his work to an American audience. We see
our collaboration with Thieu as part of a growing cultural
exchange and openness between our countries, and we hope
that the poems will allow the reader to participate in that
process. As Thieu says at the end of "Eleven Parts of
Feeling,"

> Pain stands up reluctantly
> In the laughing light of the sharp knife
> And in poems.

—Martha Collins

The Women Carry River Water

Bài hát về cố hương

Kính dâng làng Chùa của tôi

Tôi hát bài hát về cố hương tôi
Khi tất cả đã ngủ say
Dưới những vì sao ướt át
Và những ngọn gió hoang mê dại tìm về

Đâu đây có tiếng nói mê đàn ông bên mé tóc đàn bà
Đâu đây thơm mùi sữa bà mẹ khe khẽ tràn vào đêm
Đâu đây nhưng bầu vú con gái tuổi mười lăm như những mầm
    cây đang nhoi lên khỏi đất
Và đâu đây tiếng ho người già khúc khắc
Như những trái cây chín mê ngủ tuột khỏi cành rơi xuống
Góc vườn khuya cỏ thức trắng một mình

Tôi hát bài hát về cố hương tôi
Trong ánh sáng đèn dầu
Ngọn đèn đó ông bà tôi để lại
Đẹp và buồn hơn tất cả những ngọn đèn
Thuở tôi vừa sinh ra
Mẹ đã đặt ngọn đèn trước mặt tôi
Để tôi nhìn mặt đèn mà biết buồn, biết yêu và biết khóc

Tôi hát bài hát về cố hương tôi
Bằng khúc ruột tôi đã chôn ở đó
Nó không tiêu tan
Nó thành con giun đất
Bò âm thầm dưới vại nước, bờ ao
Bò quằn quại qua khu mồ dòng họ
Bò qua bãi tha ma người làng chết đói
Đất đùn lên máu chảy dòng dòng

A Song of My Native Village

for Chùa, my native village

I sing a song of my native village
When everyone is deep in sleep
Under wet stars, under wild winds
Finding their way home.

Somewhere a man speaks in his sleep
Beside a woman's streaming hair;
Somewhere the smell of a mother's milk
Flows into the night;
Somewhere the breasts of girls of fifteen
Rise from the land like shoots.
And somewhere the coughs of old villagers
Fall from branches like ripe fruit
While grass stays awake all night in the garden.

I sing a song of my native village
In the light of the oil lamp
Left by my ancestors,
The loveliest and saddest of lamps.
When I was born my mother placed it
Before me that I might look and learn
To be sad, to love, and to cry.

I sing a song of my native village.
I sing through my navel cord
Which was buried there
And became an earthworm
Crawling under the water jar
Crawling by the edge of the pond
Crawling through my ancestors' graves
Crawling through the paupers' graves
Pushing up red earth in its path like blood.

Tôi hát, tôi hát bài ca về cố hương tôi
Trong những chiếc tiểu sành đang xếp bên lò gốm
Một mai đây tôi sẽ nằm trong đó
Kiếp này tôi là người
Kiếp sau phải là vật
Tôi xin ở kiếp sau là một con chó nhỏ
Để canh giữ nỗi buồn—báu vật cố hương tôi.

I sing a song of my native village,
Bones lying in terra-cotta coffins
Where mine will lie someday.
In this life I am human;
In the next I will be an animal.
I will ask to be a little dog
To defend the sadness,
The jewel of my native village.

Sông Đáy

Sông Đáy chảy vào đời tôi
Như mẹ tôi gánh nặng rẽ vào ngõ sau mỗi buổi chiều đi làm về
   vất vả
Tôi dụi mặt vào lưng người đẫm mồ hôi mát một mảnh sông đêm.
Năm tháng sống xa quê tôi như người bước hụt
Cơn mơ vang lên tiếng cá quẫy tuột câu như một tiếng nấc
Âm thầm vỡ trong tôi, âm thầm vỡ cuối nguồn
Tỏa mát xuống cơn đau tôi là tóc mẹ bến mòn đứng đợi
Một cây ngô cuối vụ khô gầy
Suốt đời buồn trong tiếng lá reo.

Những chiều xa quê tôi mong dòng sông dâng lên ngang trời cho
   tôi được nhìn thấy
Cho đôi mắt nhớ thương của tôi như hai hốc đất ven bờ, nơi
   những chú bống đến làm tổ được giàn dụa nước mưa sông.

Sông Đáy ơi! Chiều nay tôi trở lại
Những cánh buồm cổ tích đã bay xa về một niềm tức tưởi
Em đã mang đôi môi màu dâu chín sang đò một ngày sông vắng
   nước
Tôi chỉ gặp những bẹ ngô trắng trên bãi
Tôi nhớ áo em tuột rơi trên bến kín một trăng xưa.

Sông Đáy ơi, Sông Đáy ơi . . . chiều nay tôi trở lại
Mẹ tôi đã già như cát bên bờ
Ôi mùi cát khô, mùi tóc mẹ tôi
Tôi quì xuống vốc cát ấp vào mặt
Tôi khóc.
Cát từ mặt tôi chảy xuống dòng dòng.

The Đay River

The Đáy River flows through my life
Like my mother coming home through our gate
With heavy baskets of rice at the end of the day.
I'd rub my face on her sweat-soaked back,
As cool as the river at night.
Away from home for years, I've lost
My footing. My dream sounds like a fish
Escaping the hook, like a breath caught
In my heart, at the river's source.
My mother's hair shadows my pain.
She's waiting for me on the old wharf,
Thin and dry as a cornstalk after harvest.
Everything's sad, even the singing leaves.

In these late afternoons away from home
I wait for the Đáy River to rise
To the sky and fill my eyes with rain,
Like holes in the banks of the river
Where gobies make their watery nests.

This afternoon I return to the place
Where ancient sails flew off in indignation,
Where my lover with her mulberry lips
Ferried across one day on the waterless river.
I see only white corn husks now,
But I remember her shirt sliding down
On the wharf, under that ancient moon.

Oh Đáy River, Đáy River,
My mother was old like the sand on your banks;
When I smell it I smell her hair.
I kneel and wash my face in sand;
I cry, and dry sand streams from my face.

Cánh đồng

Có một ngày không gieo, gặt
Tôi trốn những lo âu về lại cánh đồng

Đất nâu sẫm hắt lên rười rượi
Mưa luênh loang, ngây ngất đáy chiều

Nghe vọng lại mùa châu chấu đói
Xòe cánh bay qua vòm họng người nghèo

Ký ức chạy dọc con đường lạc mẹ
Có lưng tròng đâu đó dẫm nhìn tôi

Cỏ đuôi chó em tết con chó nhỏ
Ta xa nhau chó héo đuôi rồi

Tôi trở lại nhặt lên vành nón gãy
Những chân trời gập khúc xuống mùa đông

Người nông dân già chiều nay rút rơm khô thổi lửa
Xa tít một lưỡi cày mơ tên gọi vì sao.

The Field

On a day when planting and harvest are past,
I flee my worries and run to the field again.

The dark brown earth shines sadly;
Enraptured rain spreads over the floor of dusk.

I hear the echo of hungry grasshoppers
Lifting their wings to flutter in villagers' throats.

Memories run down the road where I lost my mother;
A tear-filled eye keeps looking back at me.

Oh my little lover braided a little dog
Out of dogtail grass. Since we parted, its tail has withered.

I pick up the broken rim of a hat,
And there's the horizon that broke as it rolled down winter.

At the end of the field, an old farmer picks straw for his fire,
While a plowshare, forgetting its name, dreams the names of
    stars.

Tháng Mười

Những ngọn khói trẻ chăn trâu đốt rạ trên cánh đồng sau vụ gặt
Thở vào ta hương vị tháng Mười
Sau mỗi gốc rạ khô tiếng gió ngân lên thổi qua những bẹ lá tướp
Ta nghe có người nấp sau ở đó gọi ta, và ta đi, ta đi . . .

Ta đi qua tháng Mười, ta đi qua tiếng gọi buổi chiều của mẹ
Mây trời vun lên những đống rơm khô
Dấu chân ta xóa dấu chân chú bê vàng lạc mẹ và dấu chân chú
    bê vàng xóa dấu chân ta
Khi bóng đêm vụt ra đứng chặn trước mặt ta, ta vội quay lại tìm
    dấu chân mình
Òa khóc.
Ta tin có một mụ phù thủy đã biến ta thành một chú bê

Giờ chẳng còn tháng Mười xưa, chẳng còn ngọn khói xưa, chẳng
    còn . . .
Ta đợi mãi
đợi mãi
đợi mãi một mụ phù thủy
Từ tháng Mười một bay về để biến ta thành chú bê xưa.

October

Smoke from rice stubble burnt by boys
Tending water buffalo after harvest
Carries the taste of October into my heart.
Once, wind rose up through stubble
And made a magic song.
I thought someone hid behind it,
Calling me to come, and I went, I went.

I went beyond October,
Beyond my mother calling at evening,
Where clouds rose like great hills of straw.
My footprints in the field covered a calf's
And the calf's covered mine.
I went until darkness stood before me, questioning me.
I hurried to return; I burst into tears.
I saw only the calf's footprints
And thought a magician had turned me into a calf.

That October is gone, that smoke is gone.
I am waiting
I am waiting for a magician
Flying back from November
To turn me back into that calf.

Thói quen của cơn đói

Năm mười bốn tuổi
Tôi cùng chị tôi cắt tiết một con vịt
Trong chiếc bát sành máu đỏ ôm nhau.

Khi tôi buông con vịt
Nó không chết
Đầu ngoẹo sang một bên
Đi liêu xiêu như người say rượu

Nơi cổ họng bị cắt
Từng hạt máu tươi
Vương trên cổ lông trắng
Như một chuỗi hạt cườm
bị đứt

Nó vùi đầu vào chậu nước gạo
Mò những hạt cơm thừa
Nhưng những hạt cơm không tìm thấy đường về với dạ dày
Lại qua nơi cổ họng bị đứt
Rơi, rơi . . .

Rồi nó theo con đường quen thuộc
Tìm xuống ao sâu
Tìm ra cánh đồng
Tìm ra sông, ra biển
Bắt cá, mò cua
Nó vùi đầu xuống bùn
Máu đỏ loang như dầu trên nước

Tôi run rẩy, buốt đau đi tìm con vịt.
Và với chiếc dao vô hình
Tôi cắt thịt dọc đường đi

The Habit of Hunger

When I was fourteen, my sister and I
Drained the blood of a duck into a bowl.
Its red blood came together, in an embrace.

When I let go,
The duck wasn't dead.
Head flopped to one side,
It staggered like a drunk.

From the cut at its throat
Drops of bright blood dripped
And caught on the white feathers
Like a string of broken
Glass beads.

It buried its head in a basin of water,
Hunting for leftover grains of rice.
But the rice couldn't find its way to the stomach.
It fell through the cut in the throat,
Grain after grain.

Then the duck made its way to the path.
It looked for the pond
It looked for the field
It looked for the river, the sea,
To catch fish, to hunt crabs.
When it buried its head in the mud,
Red blood spread like oil on water.

Aching with cold, I went looking for the duck.
With an invisible knife, I cut meat along the way.

Những con thuyền Sông Đáy

Sao mẹ không gọi về cho con
Những con thuyền thuở trước
Những con thuyền lấn ra cửa bể
Mưa rất dài ướt hết cả dòng sông

Con ốm đau ngồi ho bên cửa
Những con thuyền ốm đau nằm đâu?
Mẹ ơi, mẹ mang áo con thả vào bến nước
Cho những con thuyền bớt rét, bớt đau
Con không áo nhưng con có mẹ
Những con thuyền ngủ trên nước lênh đênh

Những con thuyền sinh ra từ rừng sâu
Mang hình lá đổ về biển cả
Cánh buồm nâu như một bàn tay nhỏ
Vẫy con, vẫy con về với biển
Nơi dòng sông vừa gặp vỡ òa

Mái thuyền xưa, thuyền xưa không trở lại
Biển quá cô đơn nên lỡ đánh lừa
Con quá khổ đau nên con dễ dãi
Để những con thuyền đi quá dòng sông

Chiều nay con ngồi ho bên cửa
Bao sợi mưa đứt cuối chân trời
Con chờ đợi nỗi niềm già hơn cát
Lặng lẽ suốt đời cởi áo thả vào sông.

Boats on the Đáy River

Mother, why don't you call back the boats,
The old boats that shuffled toward the sea?
It's rained so long, the whole river is wet.

I sit by the window coughing with fever
And wonder where the sick boats lie.
Mother, please give my shirt to the river
To keep the boats warm and well.
I can live without shirts, because I have you,
But the boats sleep on the water by themselves.

The boats born in the deep forest
Go back to the sea in the shape of leaves.
A brown sail waves at me like a small hand,
Waves as it goes back to the place
Where the river bursts into tears as it greets the sea.

The old boats don't come back;
The sea was so lonely it tricked them.
Because I've been unhappy, I understand
And let the boats sail beyond the river.

At dusk I sit by the window coughing with fever.
Threads of rain snap at the distant horizon
As I wait for the boats, with feelings older than sand.
All my life I will take off my shirts
In silence and release them on the river.

Bầy chó của tôi

Làng quê ơi, bao năm xa cách
Đêm nay ta trở lại làng
Trời sắp bão oi nồng cơn sốt
Bên ngọn đèn hạt đỗ
Tôi ngồi nghe
Tiếng chó khuya sủa chớp phía chân trời

Bao năm rồi
Tôi lớn lên trong ngõ của tôi
Đã bao năm
Cứ đêm xuống
Bầy chó ngửa mặt lên trời
Sủa cay đắng, thảm sầu, man rợ
Bầy chó ơi, sủa vào đâu
Sủa vào trăng?
Sủa vào ngọn đèn đầu?
Hay sợ đêm mà sủa vào bóng tối
Hay sợ nhau mà sủa vào nhau

Bầy chó gầy, bẩn thỉu, ốm đau
Ngày lùng sục kiếm ăn
Liếm cả lưỡi vào dao sắc ngọt
Lưỡi bị cứa máu trào ra ở đó
Con đến sau lại liếm máu bầy mình

Chó ơi đừng sủa nữa
Gió đêm thành gió dại rồi
Ai nén lại vầng trăng ra khỏi sự bình yên
Lao rồ dại trong mây trời xứ mẹ

My Dogs

After many years I return
To my native village on a hot night
With the sky about to storm.
I sit alone facing the oil lamp
And listen to the dogs bark
At lightning on the horizon.

For many years I lived here;
I grew up among these paths.
For many years when night came
The dogs turned their faces toward the sky
And barked bitterly, fiercely.

Oh my dogs, why do you bark?
Do you bark at the moon?
At the oil lamps?
At your shadows, because you fear the night?
At yourselves, because you fear each other?

Oh my dogs, hungry, dirty, sick—
All day you hunt for food,
Licking even the sharp knife.
Your cut tongues bleed
And the dogs who follow
Lick your blood from the knife.

My dogs, please stop barking!
The night wind becomes a mad wind.
It hurls the moon from its path, and the moon
Flies into the clouds in a frenzy.

Trong ngõ nhỏ đêm nay
Tôi nghe chó sủa
Tôi thổi tắt đèn
Chó sủa vào tôi.

Tonight in my native village
I listen to my dogs bark.
I blow the oil lamp out
And my dogs bark at me.

Những người đàn bà gánh nước sông

Những ngón chân xương xẩu, móng dài và đen tõe ra như móng
   chân gà mái
Đã năm năm, mười lăm năm, ba mươi năm và nửa đời tôi thấy
Những người đàn bà xuống gánh nước sông.

Những bối tóc vỡ xối xả trên lưng áo mềm và ướt
Một bàn tay họ bám vào đầu đòn gánh bé bỏng chơi vơi
Bàn tay kia bấu vào mây trắng

Sông gục mặt vào bờ đất lần đi
Những người đàn ông mang cần câu và cơn mơ biển ra khỏi nhà
   lặng lẽ
Những con cá thiêng quay mặt khóc
Những chiếc phao ngô chết nổi
Những người đàn ông giận dữ, buồn bã và bỏ đi

Đã năm năm, mười lăm năm, ba mươi năm và nửa đời tôi thấy
Sau những người đàn bà gánh nước sông là lũ trẻ cởi truồng
Chạy theo mẹ và lớn lên.
Con gái lại đặt đòn gánh lên vai và xuống bến
Con trai lại vác cần câu và cơn mơ biển ra khỏi nhà lặng lẽ
Và cá thiêng lại quay mặt khóc
Trước những lưỡi câu ngơ ngác lộ mồi.

The Women Carry River Water

Their toes are bony, with long black nails;
They spread like chicken feet.
For five, fifteen, thirty years, I've watched
The women go down to the river for water.

Their hair knots break in torrents
Down the backs of their soft wet shirts.
They grip their shoulder poles with one hand;
The other holds white clouds.

As the river presses against its banks to turn,
The men bring fishing poles and dreams of the sea.
The magic fish turn away and cry;
Bobbers lie still on the surface of the water.
The men, angry and sad, go far away.

For five, fifteen, thirty years, I've watched
The women come back from the river with water,
Crowds of naked children running behind and growing up.
The girls put poles on their shoulders and go to the river,
The boys carry fishing poles and dreams of the sea,
While the magic fish turn away and cry
Because they've seen the hook in the dazed bait.

Tiếng cười cha tôi

Khác với người say rượu
Cha thường dời nhà vào lúc nửa đêm
Đom đóm bay quanh cha
Như từng vòng dây thép nung đỏ
Quấn vào và đứt tung ra

Tiếng chó kia rộ lên từ xóm nhà ta đến đầu làng
Cuối tiếng chó là bến sông quê và con đò cô độc
Cha đã mang tuổi hai mươi lên đò không ngoảnh lại
Mẹ con đứng vùi chân trong cát
Nước mắt buồn bay ướt một triền sông

Bao năm sau cha trở về trắng tóc
Đêm đêm ngồi hút thuốc lào
Tiếng điếu rít lên muốn khoan thủng nỗi buồn

Cha ơi cha
Bốn anh em con không phải là đích cuối cùng của đời cha
Chỉ là bốn cột số trong nỗi buồn cha dằng dặc
Bởi thế cha lại mang tuổi bảy mươi của mình về bến cũ
Cha lại bước lên đò
Con đò chao đảo
Có phải chân cha già yếu
Hay con đò hoảng hốt run lên

Tiếng chó lại rộ lên từ đầu làng về ngõ nhà ta
Tóc cha trắng một tiếng cười ngửa mặt.

My Father's Laughter

Not at all like a drunk
My father leaves home at midnight.
Fireflies surround him
Like red-hot wires
Winding around him and snapping.

The noise of barking dogs runs
From our neighborhood to the end of our village
And stops at a wharf with a lonely boat
My father boarded with twenty years
In his hands. He didn't look back.
My mother covered her feet in sand;
Her tears flowed into the river basin.

Years later my father came back,
His hair no longer black.
Now at night he sits and smokes,
His pipe hissing as if it were trying
To bore a hole through his sadness.

My father's children are not his final goal;
They are only four milestones along his sadness.
He carries his seventy years
To the old wharf and steps on the boat.
Does it rock because his feet are unsteady,
Or because it trembles with fear?

The noise of barking dogs runs
From the end of our village back to our gate
While the white hair of my father looks up and laughs.

Sợi tóc của mẹ

Có sợi tóc của mẹ đêm qua vừa rụng xuống
Một khoảng thời gian của người lặng lẽ ra đi
Con hiểu lắm rồi một ngày sẽ đến
Trái tim con buốt giá khóc âm thầm

Hãy để ấu thơ con lại nhoẻn cười trong nắng
Và biến con thành chú chấy nhỏ ngây thơ
Con sẽ bỏ qua cánh rừng tóc mẹ
Trong hương tóc, con ca bài bóng tối của mình

Con sẽ ngủ trong ngôi nhà lợp bằng móng tay của mẹ
Trong giấc mơ đen, con tưới những cây đen
Con sẽ hái trùm quả đen và bầy ong trong khu rừng mái tóc
Sẽ mang đến cho con những bài thơ đen chưa hé mở bao giờ

Một ngày mai con sẽ sống ra sao?
Con sẽ thở bằng gì nếu không hương tóc mẹ
Ai sẽ cứu con khi bầy ma của những răng lược gỗ
Chải tóc mẹ lần cuối cùng và phát hiện ra con

Cho con đi đôi giầy tết bằng hoa buổi sớm
Rón rén về bên giấc ngủ của người
Con sẽ nằm vào nơi sợi tóc người vừa rụng
Hát bài hát về những đám mây tóc bay từ đêm cho tới sáng hôm sau.

My Mother's Hair

One of your hairs fell out last night;
A piece of your life was gone without a sound.
I know a difficult day is coming;
My heart, pierced, utters a quiet cry.

Let my childhood smile again in the sun
And turn me into an innocent little head-louse
So I can crawl through the jungle of your hair
And sing a song of darkness in its fragrance.

Under your fingernail-roof I'll sleep in my house;
In my black dream I'll water your black trees.
I'll pick black fruits, and hair-jungle bees
Will bring me black poems to be opened.

How will I live, without your hair?
How will I breathe, without its fragrance?
How will I survive, when I am discovered
By ghosts of wooden combs combing your hair?

Let me wear shoes made of dawn flowers
And tiptoe without a sound into your sleep.
I'll take the place of the hair that's gone
And sing of hair-clouds flying from night to day.

Thời gian

Tôi ngồi bế con gái tôi
Cả hai cùng ốm
Trò chuyện với nhau bằng những cơn ho

Tiếng bẻ củi vang lên
Ngọn lửa gần gũi và linh thiêng cựa mình thức dậy
Có bước chân vô hình đang đi quanh đống lửa
Làm những làn tro ấm khẽ bay lên

Xa hơn nữa . . . một mùa thu thắm đỏ
Con rắn nâu bò qua vườn trên lớp lá vàng cong
Xa hơn nữa . . . tôi khóc cùng mùa hạ
Khi thấy có một tôi đâu đó quanh vườn

Xa hơn nữa . . . và, xa hơn nữa
Là nơi tôi ngồi trước lửa
Một cơn sốt ngồi ôm một cơn sốt
Những tiếng ho bình đẳng vỡ làm đôi

Time

I sit holding my little daughter.
Both of us are sick—
We talk to each other in fits of coughing.

Dry branches crackle:
The sacred flame stirs and wakens.
Invisible footsteps circle the fire
Raising gusts of warm ashes.

Farther back, in a red autumn,
Brown snakes creep across a garden.
Farther back, crying with summer, I see
Another me walking, flying in the garden.

Farther back, still farther,
Time is a place where I sit by a fire,
One fever holding another,
Our coughs, now one, waiting to break in two.

Âm nhạc

Những chiếc kèn bụi bặm và méo mó là của con
Những chiếc trống da mặt đã bơ phờ là của con
Những chiếc nhị còng lưng từ năm một tuổi là của con
Tất cả dâng lên thẳm xa, mê đắm
Mẹ ơi, con nhìn thấy bà nội con sau khói mỉm cười

Cỗ xe tang trôi mãi vào cơn mê
Những con rồng gỗ vảy vàng bay lên trong tiếng kèn, tiếng trống
Con nhón gót, cỏ may biền biệt trắng
Có ai khẽ khàng bế mãi con lên

Con muốn lẩn vào khăn áo đám ma quê
Con muốn đắp lên cơn ho của con tàn hương thơm và ấm
Con nhìn thấy bà nội mặc áo tơ tằm ngồi giữa ngàn ngọn nến
Bà rót một bình nước mưa trong bể đợi con về

Chiếc xe tang rực rỡ—cái đồ chơi của con
Con đang mê mải chơi, mẹ có nghe thấy không, con đang cười
    khúc khích
Nỗi cô đơn và con là hai đứa trẻ chán mọi trò dụ dỗ
Chúng đuổi nhau dưới vòm cong của cỗ xe tang
Chúng con bay theo những lá cờ đuôi nheo và những lá phướn
Về gò đất cuối làng ta trong tiếng hát cầu hồn
Nơi con sẽ mặc áo lụa vàng ngủ trên một lá trầu cay thơm ngát
Nhưng nơi ấy chẳng bao giờ mẹ rửa mặt được cho con

Music

The crooked funeral horns are mine,
The drums with cracked skins are mine,
The two-chord fiddles with bent backs are mine.
Their magic music rises in the distance.
Mother, I see Grandmother smiling
Behind a net of smoke.

A hearse is rolling into my dream,
Yellow dragons are flying up
To the sounds of horns and drums.
I am tiptoeing through the *cỏ may* flowers
And someone I can't see keeps lifting me up.

I want to hide in those funeral clothes,
I want to cover my coughs with those warm ashes.
Now I see Grandmother dressed in silk
With thousands of candles around her.
She is pouring rainwater into a jug;
She is waiting for me to come back.

The splendid hearse is my toy; I am lost in play.
Mother, do you hear me laughing?
Solitude and I are children with many things to do.
We're resting beneath the dome of the hearse,
We're flying behind the funeral flags,
We're flying to my native hills
Where I can put on a yellow shirt
And sleep on a fragrant betel leaf.
But how can you wash my face there, Mother?

Con yêu những chiếc kèn, những chiếc trống và những chiếc
    nhị kia thổn thức
Tất cả cũng yêu con buồn bã, lo âu
Giai điệu cuối cùng của tình yêu này ngân lên và khẽ khàng
    đặt con vào mặt đất
Rồi dắt con theo con đường hoa cỏ may nở trắng
Trở về nhà mẹ rửa mặt cho con.

I love the horns, the drums,
The two-chord fiddles with my sobbing,
And they love me with their sadness, their distress.
Our song rings out, bringing me back to the land,
Back to the road with white *cỏ may* flowers,
Back to the house where you wait to wash my face.

Bài hát

Hãy mang tôi về xa nữa . . .
Trong bóng tối ngắm men chảy ướt cánh đồng
Tôi là con chim sinh đầu hoàng hôn, cuối bình minh chưa biết hót
Cặp mỏ tấy sưng mổ những thì thầm

Tôi bay qua những cánh đồng mùa xuân còn ái ngại
Qua những ngôi sao đã mở mắt nhưng lưỡi thì chưa mọc
Tôi gặp dơi của bình minh, sơn ca của bóng tối
Những ngôi mộ tổ tiên hắt sáng gọi tôi về

Tôi khép đôi cánh xác sơ trước ngày cúng giỗ
Ngắm những dòng sông sáp nến chảy chan hòa
Tổ tiên giơ lên trời xanh chứng minh thư bằng đá
Cổ xưa hoang hoang trên mỗi cánh chuồn chuồn

Tổ tiên tôi thức quá lâu, tôi lại ngủ quá lâu
Trong trầm vọng kèn hơi những họng người đã rách
Bầy lúa nước vừa mang thai vừa than thở
Với lũ cá rô đồng đang khao khát mọc chân

Tôi là con chim thay lông muộn và đang tập giọng bằng cặp
    mỏ mềm còn ứ đầy máu loãng
Trong niềm rời rạc hân hoan của nhịp trống chân trời
Đợi bài ca sinh ra từ những hạt cơm vương trong chân cỏ dại
Từ quả trứng buồn vừa bóc vỏ thời gian.

Song

Please take me farther back,
Into the fermenting darkness that covers the field.
I am a bird born at the start of dusk, at the end of dawn.
I cannot yet sing; my swollen beak pecks at whispers.

I fly through spring fields full of regret,
Through open-eyed stars whose tongues aren't yet out.
I greet the bat of dawn, the lark of darkness;
The graveyard of my ancestors greets me.

I close my torn wings on my ancestors' death-days
And watch rivers of candles overflow.
My ancestors raise their stone identity cards to the blue sky
While ancient time spreads its wings like a dragonfly.

My ancestors have long been awake, while I have been asleep,
Lulled by the sound of horns from broken throats.
The pregnant water rice is grieving;
The climbing perch yearn to have legs.

I am a bird, molting late and practicing tones with my soft beak
In the broken joy of drums on the horizon.
I am waiting for a song made of cooked rice in wild grass
And the sad boiled egg peeled for the dead today.

Những ví dụ

Kính dâng những người vợ liệt sỹ làng tôi

Thời gian cứ lặng lẽ chảy vào chiếc bình gốm cổ khổng lồ. Những người đàn bà góa bụa làng tôi như những con cào cào áo nâu khuất dần sau cỏ. Từ chân trời xa chạy về những ngọn gió loang lổ màu đỏ. Những ngón tay của gió như điên cuồng, như kiệt sức bối rối tung từng đám lá cỏ gai. Tôi đứng trên con đường cuối làng khóc run lên như đứa trẻ mất mẹ. Tôi làm sao lật hết từng lá cỏ trên đất đai rộng lớn nhường kia, để tìm lại những người đàn bà góa bụa . . .

Những người đàn bà góa bụa làng tôi gồng gánh trên vai, trên những con đường mòn như cột sống dị tật của ngàn đời vất vả. Họ mộng du qua những cơn gió hồng hoang nổi lên lúc mặt trời lăn vòng cuối cùng vào bóng tối. Họ mộng du trong những cơn mưa tiền sử lúc bình minh vừa vực dậy sau một cơn sốt đêm. Và tôi như kẻ mắc bệnh tâm thần đứng đếm họ. Tôi đếm từng Ví Dụ.

Những người đàn bà góa bụa làng tôi—những Ví Dụ—chân không giày không dép. Họ tránh con đường dẫn đến những đêm trăng. Bầu vú họ mệt mỏi nằm ngoẹo đầu và trở nên nghễnh ngãng, không còn nghe được tiếng gọi đàn ông nồng mùi thuốc lào và ruộng bùn ngai ngái, trong những đêm gió từng đôi quấn nhau qua vườn hổn hển. Chỉ tiếng chuột nhắt cắn thóc trong những chiếc áo quan gỗ gạo đóng sẵn làm họ thức giấc. Và họ nằm lo âu trong tiếng mọt cắn gỗ vọng ra từ cổ áo quan.

Thời gian cứ lặng lẽ . . . lặng lẽ chảy ào vào chiếc bình gốm cổ khổng lồ. Những người đàn bà góa bụa làng tôi như những con cào cào áo nâu cứ khuất dần . . . khuất dần sau cỏ. Tôi như kẻ mắc bệnh tâm thần đứng khóc. Tôi khóc vì những Ví Dụ đã vĩnh viễn ra đi.

The Examples

for the war widows of my village

Time flows into a huge ancient vase. Like brown locusts, the widows of my village disappear, one by one, behind the grass. Red-flecked winds rush back from the distant horizon, their fingers scratching madly at the thorn grass. I stand on the village road, crying like a boy who's lost his mother. I can't look for widows behind every blade of grass in this vast place.

With poles on their shoulders, the widows walk on roads worn like the curved spines of a thousand hard-working lives. Sleeping, they walk through wild winds that rise when the sun rolls into darkness. Sleeping, they walk into prehistoric rains that fall when dawn gets up from a feverish night. Like a lunatic, I stand and count them; example after example, I count them.

My widows, my examples, don't wear shoes or sandals; they avoid roads that lead to moonlit nights. Their breasts are tired and hard of hearing; they cannot hear the calls of men, who smell of tobacco and muddy rice fields on nights when winds roll in the panting garden. Only the mice eating rice in wooden coffins can wake them up; they lie in fear of the sound of termites feasting on those coffins.

Time rushes silently, silently into the ancient vase. Like locusts, the widows disappear, one by one, they disappear behind the grass. I am a lunatic standing here crying, crying for the examples, who've gone forever.

Và đến khi tôi không còn gì để đếm. Những người dàn bà góa bụa làng tôi từ sau cỏ trở về. Họ đi trên ánh trăng gồ ghề dọc con đường phơi đầy rơm rạ tháng Mười. Mái tóc đẫm hương lá bưởi của họ chảy lênh láng trong trăng. Bầu vú họ vươn về phía ngọn lửa giới tinh vừa nhóm lên đâu đó. Sau bước chân họ, sau tiếng kẹt cửa trong khuya là bài hát. Bài hát vút lên xuyên qua đỉnh đầu những người mắc bệnh tâm thần mất ngủ nhìn trăng.

Những người mắc bệnh tâm thần mất ngủ nhìn trăng mở cửa và bước ra khỏi nhà. Họ cùng bài hát kia đi mãi, đi mãi, và đi mãi, về nơi không có những Ví Dụ bao giờ.

And when I have no one left to count, the widows come back from behind the grass, walking on moonlit roads strewn with October straw. Their hair, smelling of grapefruit leaves, spills into the moonlight; their breasts lean toward just-kindled fires. First their footsteps, then the sound of opening doors, and then a song rises up through the heads of sleepless lunatics who look at the moon.

The lunatics open their doors and leave their houses. They walk with the song, on and on, until they find a place with no examples.

Cơn mê

Tặng John Baca, cựu binh Mỹ trong chiến tranh Việt Nam

Con chó liếm mãi, liếm mãi lên ngực anh
Lưỡi nó như ngọn lửa nhỏ mang cái ấm của hơi nước
Sự dịu dàng của chó làm anh bật khóc

Tiếng súng bắn ra từ đầu cơn mê
Cuối cơn mê là Cửu Long Giang
Những người dân chài quấn khăn rằn thả lưới
Hoàng hôn xõa đôi cánh vàng khe khẽ xuống dòng sông

Những viên đạn—bầy chuột cống trụi lông
Chạy rúc vào những ngôi nhà lá dừa
Cắn tung những tấm lưới phơi trên bãi

John Baca sằng sặc
Bóp trong tay những con chuột răng vàng ám khói
Những con chuột trụi lông trơn tuột
Trườn qua kẽ tay run rẩy của anh
John Baca tắt lặng

John Baca đã bóp cò hai mươi năm về trước
Đạn vẫn bay đến bây giờ

Con chó liếm mãi, liếm mãi,
Liếm mãi, liếm mãi, liếm mãi . . .

Nightmare

for John Baca, American veteran of the Viet Nam War

His dog licks and licks his chest.
Its tongue is a small flame
Bringing warmth, like steam from a stove.
The tenderness of the dog makes him weep.

At the start of his dream a gun fires;
At the end of his dream is the Mekong River
Where fishermen wind cloth
Around their heads and cast their nets.
The dusk lowers its yellow wings on the river.

The bullets are hairless sewer rats
Rushing into palm-thatched huts,
Chewing the nets drying along the bank.

John Baca bursts out laughing
And squeezes the yellow-toothed rats.
Hairless, slick, they slide
Through his shaking fingers.
John Baca stops laughing.

John Baca squeezed the trigger
Of his gun twenty years ago
But the bullets still fly.

His dog licks and licks
And licks and licks.

Trong tiếng súng bắn tỉa

Tiếng súng bắn tỉa lần thứ nhất vang lên
Tôi lau nước mắt người đàn bà góa bụa
Rồi khoác áo lên vai ra khỏi ngôi nhà

Tôi đi theo những ngọn gió không mùa
Trong tiếng khóc khàn khàn của cánh đồng khô hạn
Những vết nẻ ngoặm chân tôi và nuốt
Gió đang vặt lông những đám mây vàng

Những người đàn bà góa bụa nhặt nhạnh những gì tôi không bỏ lại
Vạch áo xem trộm vú mình trong góc bếp đầy rơm
Rồi bước ra sân không gọi ai chỉ gọi con chó
Con chó liếm lưỡi hôi lên ký ức buồn

Tiếng súng bắn tỉa lần thứ hai vang lên từ mơ hồ, êm ái
Đạn xuyên táo nỗi buồn ngu ngơ, niềm sung sướng dại khờ
Tôi dứt tóc xanh nhai trong miệng đắng
Trong cơn mê tôi ăn hết tóc mình

Sau lưng tôi dâng lên mùi khói rơm tươi, mùi châu chấu nướng
Tiếng nước tắm cô đơn chảy xuống cống ao làng
Tiếng súng âm âm trên cánh đồng xứ sở
Ánh sáng đâu đây gục ngã âm thầm

Tiếng đạn lên nòng lần thứ ba như tiếng bày bát đĩa
Tôi ngồi vào chiếc ghế của tầm bắn tỉa dịu dàng sao
Những ngọn gió không mùa nổi lên một bầy ngựa trắng
Dựng tóc tôi thành một lá cờ.

The Sound of Sniper Fire

At the firing of the first shot,
I wipe a widow's tears, throw my shirt
Over my shoulder and leave the house.

I follow unseasonable winds
Through the hoarse cries of dry fields.
Cracked earth bites my feet and swallows;
Wind plucks feathers from yellow clouds.

The widow picks up things I haven't left
And peeks at her uncovered breast in a straw-filled kitchen.
She steps into the yard, calling no one except the dog.
The dog's stinking tongue licks her sadness.

The second shot sounds sweet, as in a dream;
The bullet rips through foolish sorrow and joy.
I pull out my green hair and chew it up
In my bitter mouth; I swallow it all.

The smell of smoking straw and grilled grasshoppers rises;
The sound of lonely bath water runs down to the village pond.
Gunfire sounds through the fields of my country
And somewhere around me light falls silently down.

The third time, the cocking and loading gun is like rattling
    dishes.
As I sit in the range of gunfire with quiet feelings,
Unseasonable winds rise like a herd of white horses
And raise my hair as a flag.

Những người đàn bà mùa đông

Gương mặt họ lẩy bẩy trên cuống lá thẫm nâu
Trong mảnh vườn sương sương những ngón tay không móng
    đang nhổ cỏ
Linh hồn vắt thể xác lên chiếc sào ký ức
Những ống xương thốc lên tiếng tù và, làm mệt lả những vòm cây

Mùa đông mở chiếc bị cói thời gian
Lấy chiếc lược gỗ của họ thả một con cà cuống
Về cánh đồng xâm xấp tóc màu rêu
Mùa đông lấy đôi guốc của họ thả một đôi rùa trắng
Về ao sen ở phía không chùa

Từ vết rách của chiếc khăn vuông thời gian màu mốc
Những con nhện vàng bi thương chết rồi linh hồn về giăng lưới
Tơ mắc từ kiếp này vào những kiếp sau

Cà cuống có còn cay? Rùa trắng có còn thiêng?
Những người đàn bà thụ thai suốt mùa đông cùng gió lạnh
Rồi ngồi khóc sự hiện hình của mình trong đáy lưới
Lấy khăn vuông bọc những ổ trứng ung không thể nở, và cười . . .

.

42

The Women of Winter

Their faces tremble on dark branches,
Their nailless fingers pull grass from a dewy garden.
Their souls hang their bodies on memory's clothesline,
And the sound of wind blowing their bones
Like horns exhausts the trees.

Winter takes a comb from time's straw bag
And sets a spice beetle free
In a field of moss-colored hair.
Winter takes the women's clogs
And releases two white tortoises
In a lotus pond where there is no pagoda.

The women crawl through a hole in an old scarf.
They're sad yellow spiders, wounded, already dead,
But their souls stretch the lines of their web
From this life to the next.

Is the beetle's flavor still sharp?
Is the white tortoise still sacred?
Impregnated all winter by cold winds,
The women lament their bodies, there in the web.
Smiling, they cover their infertile eggs with the scarf.

Tôi khóc những cánh đồng rau khúc

Không có gì cho tôi khóc sớm nay ngoài cánh đồng rau khúc
Sương dâng hơi chỗ xôi mùa cuối của bà tôi
Những con chuột đồng ướt át và run rẩy gọi tôi
Về xứ sở những lùm dứa dại
Tôi khóc những mùa rau khúc, tôi đã thiếp đi trên miếng bánh
      của mình
Tôi khóc bến bờ dòng sông, bầy sáo mỏ ngà xù lông trong gió lạnh
Tôi khóc em của tôi mười mấy năm vẫn còn ngơ ngác
Trước câu hỏi vì sao tôi ra đi ngày rau khúc chưa tàn

Tôi khóc ngang triền bãi trong cơn mưa hoàng hôn ngạt thở
Tôi khóc những bà già đang rửa chân trước những ngôi nhà ẩm
      ướt ven đê
Tôi khóc con đường phù sa tôi đi tìm thế giới của niềm kiệt sức
Tôi khóc những sợi tóc nàng dâu rụng xuống đất đai lại mọc lên
      những sợi tóc
Những ngọn bí đen không lá bò kín vầng trán hói của cơn mê
Tôi khóc những người đàn bà quẩy hai chiếc sọt vừa đi vừa mơ
      nấm mộ của mình
Tôi khóc những ngón tay bại liệt của bà tôi không bao giờ chịu
      tự sát
Tôi khóc những miếng bánh nóng như một cái lưỡi rơi vào bếp
      tro bụi bặm
Tôi khóc những mùa rau khúc thiêng liêng phủ đầy mưa
Xuân như phủ đầy cám nếp
Nơi mãi mãi giấu vùi bầu vú của em.

I Cry for the Fields of Cudweed

There's nothing to do but cry for the fields of cudweed
This morning, when mist rises like steam
From my grandmother's sticky-rice pot in her last days.
The rats from the rice field, shivering and wet,
Call me back to the homeland of pandanus trees.
I cry for the seasons of cudweed, when I slept with my slice
of cudweed cake.
I cry for the banks of the river, where magpies fluffed their
feathers in cold wind.
I cry for my first love, numb for almost twenty years,
Asking why I left her, when the cudweed was still growing.

I cry for the rain at twilight that stifles my breath.
I cry for old women washing their feet by wet houses below
the dike.
I cry for the silt road I travel to find a world of contented
exhaustion.
I cry for young girls' hair falling down to the ground and
growing back
Like black grass creeping quietly over the bald head of
dreams.
I cry for village women carrying baskets on shoulder poles,
Walking while they dream of their own graves.
I cry for the paralyzed fingers of my grandmother, who
doesn't despair.
I cry for slices of cudweed cake that fell in the stove's
ashes.
I cry for the sacred seasons of cudweed, covered by spring
rain,
Like bran-covered rice, or the breasts, now hidden forever,
of my first love.

Mười một khúc cảm

I

Dâng lên như mùa xuân thứ nhất
Những con đường biền biệt thuở thơ

Tiếng người gọi hai bên thiêm thiếp cỏ
Ta khổ đau lần thứ nhất trên đời

Ta giấu một tình yêu chưa giới tính
Sau nâu nâu vạt áo học trò

Ta khóc vụng một ngày thưa bóng mẹ
Tiếng gà buồn mổ rỗ mặt hoàng hôn

Xin quì lạy
Xin lặng câm
vứt bỏ
Mắt đê mê từ thuở tóc chưa về.

Eleven Parts of Feeling

I

My heart beats in the first spring,
On the vanished paths of my childhood.

A human call is running
Along the edges of sleeping grass;
I am hurting with my first hurt.

I hide a sexless love behind
The flap of a schoolboy's shirt.

On a day when my mother's shadow
Has disappeared, I cry in silence.
Hens peck at the pocked face of dusk.

Let me kneel
And silently
Throw things away.
My eyes have been under the spell of love
Since the days when my hair was not yet grown.

II

Cốc cà phê càng nguội
Màu đen cà phê càng đen
Ý nghĩ ta ẩm ướt
Ý nghĩ ta khô giòn

Điếu thuốc cháy từ năm ta mười bốn
Chiếc roi cha ta quất nát sợi khói mềm
Trong ký ức ta có một ngày oán hận
Hốc mắt ta khô dù chỉ khóc một lần

Khói đã phủ quánh phổi ta
Con rắn nước trườn qua cổ họng

Đâu rồi chiếc roi của cha
Đâu rồi chiếc roi của cha

Ta trong khói suốt đời quờ quạng.

II

As coffee cools
Its color darkens.
My thoughts are wet,
My thoughts are dry.

A cigarette has been burning since I was fourteen;
My father's whip cuts the cigarette smoke in pieces.
An angry day is fixed in my mind with tears,
Though I cried just once, and now my eyes are dry.

Smoke fills my lungs;
A watersnake creeps through my throat.

Where is my father's whip?
Where is my father's whip?

All my life I have groped in smoke.

III

Người đàn bà có một gia tài hơn ta là biết khóc trước ta mười
    bốn năm
Giờ trong vòng tay ta đam mê quay lại khóc nghi ngờ

Ta đi về cửa ngỏ của chiều
Ta đi về thuở ta chưa cắt rốn
Ta đi về thuở ta còn sóng sánh

Và ta chạm lời nguyền vĩ đại
Man rợ ngân lên từ phía tối mặt trời

III

The woman, fourteen years older than I,
Has had more time to cry.
In my arms, she cries for the time she doubted.

I return to the gate of dusk,
To the time when my navel cord was uncut,
To the time when I was a green drop of water.

I touch the great vow
Ringing fiercely from the dark side of the sun.

IV

Cuối cùng ta cũng đứng được lên
Bằng đôi chân trong mộng như đôi chân của người bại liệt

Xa một cơn mơ từ nơi ta đứng dậy
Đến nơi có tiếng gõ cửa đêm đêm

Đến nơi chín rũ một mùa khóc
Đến nơi khô quắt một mùa cười
Nơi bầu vú ăn vào đá sỏi
Cứ nâu dần sau mỗi tiếng u . . . u

Ta đã kiên nhẫn lết đôi chân người bại liệt suốt nửa đời ta
Nhưng chưa một lần chạm vào then cửa

Đôi mắt
Đôi mắt
Lúc nào cũng vội.

IV

Finally, in a dream, I stood
On my feet, my paralyzed feet.

It's a painful distance from where I stood
To where there are knocks on my door at night.

Where there's a harvest of crying
Where there's a dry season of laughter
Where women's breasts root in the stony soil
Turning browner with each rumble.

I still can't open the door in my dream
Though I've dragged my feet through half my life.

My eyes, my eyes
Are always in a hurry.

V

Người đàn ông điên không quần áo đang đi trên đường phố
Thứ tự do này làm hoảng sợ mọi thứ tự do

Một triệu năm về trước nhảy và hú
Một triệu năm về sau nhảy và hú
Đói không phải là đói
Khát không phải là khát
Đau không phải là đau

Trong sự hổ nhục của người đàn bà đi qua mặt người đàn ông điên
Trong sự không hổ nhục của người đàn ông điên trước chúng
   sinh và mặt trời
Ta vẽ mắt nhân loại hình lục giác.

V

A naked madman walks the streets;
His freedom threatens all freedoms.

Millions of years ago: dancing and howling.
Millions of years later: dancing and howling.

Hunger is not hunger.
Thirst is not thirst.
Pain is not pain.

With the shame of a woman passing the madman
And the shamelessness of the madman
Before the people and the sun,
I paint the eyes of humanity as a hexagon.

VI

Không phải cơn sốt giam cầm ta
Không phải sự hèn yếu giam cầm ta
Ô cửa mùa đông mở ra lặng lẽ

Ta gặp mẹ ta năm người mười bảy
Những răng lược gỗ mòn cắn ngập mái tóc người

Ta gặp cha ta năm người hai mươi tuổi
Dưới những nhát búa cùn
Từng khúc xoan tươi toác ra tiếng cười của lửa

Ô cửa mùa đông mở ra lặng lẽ
Chiếc áo sơ sinh của con ta phơi vừa bay qua đó
Cái mỉm cười nhạo báng của thời gian

VI

It's not fever imprisoning me,
It's not weakness imprisoning me.
The winter window opens without a sound.

I meet my mother when she was seventeen—
The teeth of a worn wooden comb bite her hair.

I meet my father when he was twenty—
Pieces of green wood break from his axe
With the laughter of fire.

The winter window opens without a sound.
The shirt of my newborn daughter flies by—
It's the mocking laughter of time.

VII

Em quẫy trong tay ta như một con cá
Rồi bỏ ta chạy vào lối ngõ không trăng
Như cá thoát câu chạy rúc xuống bùn

Trời ơi từng ấy năm
Ta khắc khoải hình dung gương mặt em mà không sao nhớ nổi
Chỉ mang cá thở dồn làm ngực ta tắc nghẹn
Chỉ đuôi cá mềm và ướt quẫy tung nước làm bỏng rát mặt ta

Từng ấy năm và từng ấy năm
Ta nằm trong đêm co quắp
Ta là chiếc lưỡi câu bị bỏ quên đau khổ
Chỉ đợi run lên trước đôi môi em

Ta không bao giờ lừa em
Ta không bao giờ lừa em

Thính cứ ném xuống đời ta không ngủ

VII

In my arms you frisked like a fish.
When I ran away on a moonless path,
You escaped the hook and slid into the mud.

Restless, I've been trying
To remember your face but I can't.
Gills open and shut, filling my chest;
A fishtail frisks and splashes, scalding my face.

Years later, many years later,
I still curl up at night,
An abandoned hook
Trembling before your lips.

I didn't deceive you,
I didn't deceive you.

But bait is still hiding beneath
The shining sleepless water of my life.

VIII

—Cha!
Con bắt đầu ốm đau từ đấy
Cô đơn theo con lặng lẽ lớn dần
Con thầm khóc nhiều lần nhưng chưa một lần khóc bưng mặt
Con yêu điên rồ hòng trốn những buồn đau
Nụ hôn ướt nhoèm không còn dấu vết
Bụi không tung lên sau tiếng đổ trên giường
Một phía thời gian xước từng răng chó cắn
Một phía thời gian tro ấm phủ đầy
Có gì hỏng mất rồi
Con giật mình kinh hãi
Cha sớm nay thở dốc hiên nhà

—Cha!
Con có tội một lần một chiều xưa nói dối
Con mang tội suốt đời lời nói thật sáng nay.

VIII

Father!
I called out, and then I was ill.

Solitude grew up with me.
I cried often, in silence—
I didn't need to cry behind my fingers.
I loved wildly, running from sadness and pain—
No mark is left by wet kisses,
No dust rises from falling onto the bed.

A dog's teeth graze one side of time,
Warm ashes cover the other.
Something is wrong;
I tremble with fear, hearing
Your heavy breath early this morning.

Father!
I wronged you once, long ago, when I lied.
But I wrong you for the rest of my life
Telling you the truth early this morning.

IX

Những u mê trôi kín cả chiều vàng
Ta khao khát nhìn thấy ta trong vệt sáng cuối ngày hắt qua khe cửa

Có lẽ nào đó là đường nhân loại
Đó là niềm tin sót lại trên đời

Tóc ta bết—tóc trẻ con vừa đẻ
Cơn sốt ngân lên âm nhạc cuối cùng

Trong vệt sáng cuối cùng có một con kiến lửa
Đang bò về cơn sốt của ta.

IX

When mist drifts over the yellow dusk
I long to see myself in the last light
In the crack of the door.

It's the only human road, I think.
It's the last thing to believe in, in this world.

My hair is sticky-wet like the hair of a newborn,
My fever rings with the tune of the last music.

There's a red ant in the last streak of light
Creeping into my fever.

X

Như tiếng một giọt nước
Rơi vào lòng giếng sâu
Gần hai mươi năm chân tóc buốt từng giờ
Ta vật vã trong vòng lăn chiếc nhẫn vàng hàng xén

Mười ngón tay em buốt đau mười phía
Như những móng chim Hoàng anh
Quắp vào ta như quắp một cành khô
Khi bị viên đạn chì bắn trộm

Ta chối bỏ gương mặt em kinh hãi
Khoảng tối thần sau cửa bếp khuất dâng

Chiếc nhẫn vàng hàng xén ơi đổ xuống nơi nào
Ta thương tật đi tìm ngoài ánh sáng

X

Like a waterdrop splashing into a deep well,
For twenty years every root of my hair
Has hurt me every moment.
I writhe in the rolling circles
Of a cheap golden ring.

Your ten fingers hurt in ten directions
Like ten claws grasping a dry branch
When an oriole is shot.

I deny your frightened face,
A magic shadow behind the kitchen door.

Where did the golden ring go?
Wounded, I try to find it, outside the light.

XI

Trên mặt bàn viết của ta
Lưỡi dao rọc giấy loé sáng như hàm răng một người lạ đang cười

Tiếng con dế bị giam cầm trong góc nhà vươn lên một con đường
    cỏ dại
Chạy mãi về cánh đồng ngoại ô
Ta là đám rêu vừa cổ kính vừa tơ non ven tường ngôi miếu nhỏ
Đống lá bưởi khô mười năm chưa cháy hết
Mười năm dụi vào ký ức tuổi thơ

Những vết rạch thương yêu giờ này đã ngủ
Miệng vết thương mở ra hai mầm lá gợn hồng
Có gì đó cựa mình trong mạch vôi tường ẩm ướt
Có gì đó lướt trên nụ cười lưỡi dao
Như thiên nga lướt mộng mị trên mặt hồ tỏa sóng

Nỗi đau lịm dần . . . lịm dần
Nỗi đau gượng dậy . . . gượng dậy
Trong những tia cười dao sắc
và thơ

XI

On my writing desk the paper knife
Is the teeth of a smiling stranger.

The cry of a cricket imprisoned
In the corner of the house opens a path
Through wild grass to suburban fields.

I am a clump of moss, old and new,
On the wall of the little ancient temple.
The pile of grapefruit leaves has not burned for ten years;
For ten years I've been pressed back to my childhood.

The lovely wounds have been asleep
But now the mouth of a wound opens two pink petals.
Something stirs in the veins of the wall,
Something glides on the smile of the knife
Like a swan on a lake.

Pain is less than . . . less than . . .
Pain stands up reluctantly
In the laughing light of the sharp knife
And in poems.

Những ngôi sao

Ta không thể nuôi nhau bằng những ánh sao trời
Anh nói vậy xin em đừng khóc
Những ngọn tóc em đang đổ xuống ngực anh
Như những rễ cây bò buồn trong sỏi đá

Đêm nay là đêm thứ bao nhiêu rồi ta chẳng còn biết nữa
Ta ôm nhau ngồi thở trước sao trời
Những ngôi sao tuyệt vời nhưng anh không tới được
Chẳng bao giờ anh hái được cho em

Anh đã gọi em về, không nỡ để em đi
Em non bấy đau trong từng sợ hãi
Em tựa vào anh, anh tựa vào cay đắng
Trái đất tựa vào những tinh tú thẳm xa

Đêm hoang sơ chỉ có đôi ta
Không cơm áo cửa nhà ngồi ôm nhau run rẩy
Ta sẽ bắt đầu điều gì khi bình minh thức dậy
Đi về phía biển khơi hay trở lại rừng

Trái đất đang ở đâu đêm nay một triệu năm về trước
Hay của triệu năm sau gió bụi, mây vàng
Và ta nữa khổ đau cùng hạnh phúc
Ta là hai kẻ cuối cùng hay hai kẻ đầu tiên

Đêm nay là đêm thứ bao nhiêu rồi ta chẳng còn biết nữa
Ta như hai đứa trẻ non mềm vừa mới sinh ra
Với hơi thở của người vừa ốm dậy
Ta ôm nhau ngước mắt gọi sao trời.

The Stars

We cannot support each other
With starlight, I tell you, please don't cry.
Your hair is spilling onto my chest
Like tree roots winding through stony soil.

How many nights have passed?
Breathing in, we embrace before the stars,
The faraway stars I can never reach,
I can never pluck for you.

I called you back, I couldn't let you go,
So young and so fearful.
You lean on me, I lean on my pain,
While earth leans on the distant constellations.

This extravagant night has only you and me,
Trembling without food, or clothes, or shelter.
What will we do, when dawn wakes?
Go out to the open sea? Return to the forest?

Where is our earth tonight? A million
Years back, or a million years ahead,
With dusty winds and yellow clouds?
Are we the last humans, or the first?

How many nights have passed?
We're babies smelling of milk,
We breathe like sick people just waking up.
Embracing, we look up, calling the stars.

Hai con hải cẩu

Họ là Hu-li-ô và Các-men
Hay là Hô-sê và Ma-ghêt-ta
Họ từ Ê-ti-ô-pi hay từ Tan-da-nia
Hay từ Công-gô hay từ đâu đến

Trên bờ biển đêm trăng
Họ nằm xoãi bên nhau
Như hai con hải cẩu hiền lành
Bị sóng đánh dạt lên bờ
Nằm tựa vào nhau mệt mỏi

Màu da đen của họ ánh lên trong đêm trăng
Họ không nói gì
Nằm bên nhau im lặng
Có phải họ đang nghe tiếng biển đêm rền rĩ
Hay họ mãi hôn nhau
Hay họ khóc thầm

Bụi nước biển tung lên phủ kín người họ
Hai con hải cẩu ướt át
Như đang hạnh phúc
Như đang khổ dau
Họ có còn thức không
Hay đã ngủ thiếp rồi
Sau chặng bơi dài trên biển

Sóng vẫn lớp lớp đổ trắng lên bờ
Biển đang gọi họ về với biển
Hay đang đuổi họ đi . . .

Cuba, 1988

70

Two Seals

Are they Julio and Carmen?
Or José and Magreta?
Are they from Ethiopia, or Tanzania?
From the Congo, or somewhere else?

On the beach under the moonlight
They lie side by side
Like two exhausted seals
Thrown from the sea by storm waves.

Their black skin glistens in the moonlight.
They say nothing; they lie together in silence.
Are they listening to the night sea's cry?
Or are they kissing each other,
Or quietly crying?

The sea spray covers them,
Two wet seals that seem to be happy,
That seem to be in pain.
Are they still awake?
Or are they already sleeping
After their long swim?

Wave after white wave breaks on the shore.
Is the sea calling them back
Or pushing them away?

Cuba, 1988

Sám hối

Tôi trở lại vườn hoang tôi đã bỏ đi
Như con cào cào mải nghĩ về đôi cánh đang dài ra của mình mà
    quên mất đường bay
Như con rắn say sưa với nhịp uốn lưng lạ lùng mà bỏ
    chiếc ổ con con phải cuộn mình khi ngủ
Cho đến khi cánh cào cào không dài thêm được nữa
Lưng rắn không uốn thêm được nữa
Lặng lẽ hoàng hôn nay tôi cuộn áo chạy về

Lối mòn xưa qua vườn giờ cỏ xòe che kín
Em những ngày không tôi bưng mặt khóc ven vườn
Em đã tan vào đất nâu, chỉ những sợi tóc li ti chảy mãi
Và cánh bướm chiều nay, chiếc nơ trắng em xưa, chập chờn,
    chập chờn trên cỏ
Sao em vô hình và bé xíu nhường kia.

Những tấm võng tơ nhện thuở ta bên nhau đựng đầy mưa xuân
    không sao đứt nổi
Giờ em vĩnh viễn ra đi võng đứt hết rồi
Gió vơ những mảnh võng rách và vùi vào đâu đó
Những hạt mưa sơ sinh không biết ngủ nơi nào

Hoàng hôn trũng mãi đáy vó tôm và đất vườn hoang dâng lên
    như bã thính
Kỷ niệm như con tôm xanh thon thót giật lùi
Sao chiếc nơ trắng mười tám tuổi kia không sinh cho tôi một
    chiếc nơ bé bỏng
Sao tôi lại cắt một khoanh lớn đời mình để nuôi sự dài cánh cào
    cào và nhịp rắn uốn lưng?

Repentance

I return to the abandoned garden I left behind
Like a grasshopper so engrossed in its lengthening wings it
    forgets its path,
Or a snake so absorbed in the stunning curves of its back
It leaves its turf and has to coil itself up to sleep,
Until at last the wings don't grow, the back doesn't curve
    anymore.
Silent in this twilight, I roll up my shirt and run home.

The garden path is overgrown with grass,
Like those days I was gone when you covered your face
And sobbed at the edge of the garden.
Now you've dissolved into brown earth,
But your hair keeps flowing in tiny streams,
And today a butterfly—your white bow—fluttered in the grass.
How invisible, how small you've become!

We thought the spider-web cradle
Filled with the rain of our springtime would never break,
But now that you're gone forever, it's torn to shreds.
Wind gathers bits of web together,
But infant drops of rain have nowhere to sleep.

Twilight sinks like the bottom of a shrimp trap;
The scent of garden soil rises like powdered rice on water.
Memory is a blue shrimp, jumping back with a start.
Why doesn't that bow, eighteen years old, bear me another
    bow?
Why do I carve out such a large piece of myself
To nourish the grasshopper's wings and the snake's curved
    back?

Trong quán rượu rắn

Những con rắn được thủy táng trong rượu
Linh hồn chúng bò qua miệng bình cuộn khoanh đáy chén
Bò tiếp đi . . . bò tiếp đi qua đôi môi bạc trắng
Có một kẻ say gào lên những khúc bụi bờ

Một chóp mũ và một đôi giày vải
Mắt ngơ ngơ loang mãi đến chân trời
Nhóm u uất trong những vòm tháp cổ
Người suốt đời hoảng hốt với hư vô

Như đá vỡ, như vật vờ lau chết
Thơ âm âm, thơ thon thót giật mình
Kinh hãi chảy điên cuồng như lửa liếm
Ngửa mặt cười trong tiếng khóc mộng du

Bò nữa đi . . . bò nữa đi, hỡi những linh hồn rắn
Nọc độc từng tia phun chói trong bình
Người không uống rượu mà uống từng ký ức
Mạch máu căng lên những vệt rắn bò

Đêm vĩ đại chôn vùi trong quán nhỏ
Rừng mang mang gọi từng khúc thu vàng
Rượu câm nặng chở những linh hồn rắn
Có một kẻ say hát lên bằng nọc độc trong mình.

The Inn of Snake Alcohol

The snakes are buried in alcohol.
Their spirits creep over the mouth of the jug,
They lie in the bottoms of cups.
Creep on, please creep on through white lips—
Listen: Drunk is shouting his vagabond song.

With the top of a hat, with a pair of shoes
With glazed eyes that search the horizon
With anger setting fires in the temple
A whole life stunned by nothingness—

Like a broken stone, like a bending reed
With the startling turns of a poem
With a frenzy of fears that lick like fire
With the laugh in the sleepwalker's crying—

Creep on, spirits of snakes, creep on!
Dazzling venom spurts from the jug.
There's a man who drinks nothing but memories
Whose veins are the paths of snakes.

The little inn buries the great night
The forest recalls the name of Autumn
Alcohol carries the spirits of snakes
And Drunk is making a song from his own venom.

Bầy kiến đen

Những bánh xe no nê lăn vào giấc ngủ
Mang theo tiếng cười, tiếng khóc và cái chết của rượu
Mang theo những bàn tay đàn ông
Bò ngược đùi đàn bà như từng chùm chân dán

Chỉ còn trên bàn tiệc
Bát đĩa, cốc chén
Và những cái chai cạn khô
Cùng cơn gió lốc quạt trần
Rền rĩ nỗi buồn đồ vật

Bầy kiến đen đi qua bàn tiệc
Như lang thang qua bãi chiến trường
Đầy mảnh thịt của gia súc
Đầy xác chết của rau thơm
Quả ớt đỏ rách nát
Bầy kiến ôm lên đắng cay nhòa mắt
Bò qua da
Bò qua xương
Trong rền rĩ cơn lốc quạt

Chiếc bóng điện 1000 oát—vầng mặt trời giả dối
Lặn xuống từ công-tắc màu đen
Cơn gió lốc quạt trần từ từ chết
Xoè ba xương sắt đen xì

Chỉ còn bầy kiến đen
Đắng cay nhòa mắt
Dìu nhau về thăm thẳm những hang sâu

The Black Ants

Sleepy car wheels carried away
The laughter, cries, and death of alcohol.
They carried away men's fingers
Crawling up women's legs.

Now nothing is left on the banquet table
But bowls, plates, cups, and empty bottles,
And the whirlwind of the ceiling fan
Singing about the sadness of things.

Black ants cross the banquet table
As if it were a battlefield
Filled with bits of meat
And dead bodies of basil.
The ants embrace red pepper
As if it were a tattered flag;
It makes their eyes water.
They creep over bones
They creep over skin
Under the wail of the fan.

The false sun of a 1000-watt bulb
Sets at the flick of a black switch.
The whirlwind fan turns more and more slowly,
Until it dies, spreading its three black wings.

Now all that's left are the black ants
With watering eyes,
Helping each other back
Toward their burrows, dark and deep.

Thị xã trong bóng tối

Thị xã hỡi, đêm mất điện
Bóng tối đổ xuống như tóc người đàn bà góa bụa
Trong bóng tối
Mặt người nhòa vào mặt cây
Nhòa vào mặt con mèo
Nhòa vào mặt bàn, mặt ghế
Bóng tối miên man xóa đi tất cả
Những gì tôi quen nhìn
Tôi tìm em
Em héo quắt và đắng cay
Em bới tìm chi trong mái tóc dày
Nơi có nhiều sợi bạc.

Thị xã hỡi, đêm mất điện
Có ai đó kêu lên
Có ai đó cười sằng sặc
Có kẻ lấy đêm che nửa phần suồng sã
Nửa phần kia làm đom đóm lập loè.

Không ai nhìn rõ ai
Tôi cũng không nhìn rõ tôi
Chỉ tiếng nói nổi lên như từng chùm tăm cá
Ai ném xuống cuối trời một vầng trăng cuối tháng
Ôi chiếc lưỡi câu mơ mộng
Nửa đời tôi chót cắn câu

My Dark Town

Oh my town
When the lights went out:
Darkness coming down like a widow's hair.

In the darkness a human face
Changes to the face of a tree,
To a cat face, to the face
Of a table, a chair.

When constant darkness
Covers all I'm used to seeing,
I look for you, my woman.
What are you looking for,
There, in your thick graying hair?

Oh my town
When the lights went out:
Someone shouting
Someone laughing a cackling laugh
Someone seizing the darkness
To cover up their vulgar half
And turn the other into a flickering firefly.

No one sees anyone clearly;
I don't even see myself.
Our voices rise like fish bubbles
As someone casts a crescent along the horizon.
It's the fishhook of dreams
I've swallowed half my life.

Trong tiếng thở dài như dòng sông cạn
Trong tiếng ho như con đường xóc
Tôi đi tìm em
Em nằm nghiêng trong đêm
Như con thuyền cô đơn nép mình bên bến cát
Tôi cởi áo mình ra căng một cánh buồm.

I sigh, a dry river,
I cough, a rough road,
Looking for you, my woman,
Lying on your side in the darkness,
A beached boat on a sandbank.
I take off my shirt and stretch you a new sail.

Trên đại lộ

Những người đàn bà vác đậm đi thành một hàng dọc về phía bên
    phải sát mép đại lộ
Người họ bọc kín bởi những lớp vải nâu và đen
Chỉ đôi tay, chỉ đôi chân và đôi mắt lộ ra
Nhưng tất cả cũng một màu như thế
Những chiếc đậm đan bằng tre trên vai họ như vầng trăng khuyết
    vớt từ bùn lên
Những cái giỏ bên hông như những cái đầu trọc lắc lư theo nhịp
    bước
Bóng họ đổ xuống đường thành những vũng đen

Họ lặng lẽ đi như đội quân thất trận
Cán đậm chúi xuống mặt đường—những lòng súng gỗ hết đạn
Những tấm áo rách sặc mùi bùn phơi trong lòng đậm như cờ ngày
    việc làng giã đám
Vảy cá bám trên áo họ lấp lánh những tấm huân chương
Họ chẳng chờ tung hô, cũng chẳng đợi đón chào

Như mây trước cơn giông trôi nặng nề, oi bức
Những người đàn vác đậm đi thành một hàng dọc về phía bên
    phải sát mép đại lộ
Họ đến từ đâu và sẽ đi đâu
Với mùi tanh cua ốc tỏa quanh người

On the Highway

Women carrying bamboo shrimp pots
Walk in a line on the side of the highway,
Dressed in brown and black.
Their hands, their feet, and their eyes show,
But they are brown and black too.

The pots on their shoulders are crescent moons pulled from
    mud,
The baskets at their hips are shaved heads that sway as they
    march.
Their shadows spill onto the highway in black puddles.

They walk like defeated soldiers, in silence;
The pot handles bend down, like empty rifles.
Their torn clothes, smelling of dried mud,
Are flags from village festivals that have ended.
Fish scales cling to their clothes and glitter like medals.
They expect no welcome, await no acclamation.

Like clouds floating heavy before a storm,
The women walk in a line on the side of the highway.
Where do they come from and where will they go,
Spreading the smell of crabs and snails around them?

Câu hỏi cuối ngày

Tôi tựa lưng vào bức tường xám mốc
Đợi chuyến xe tan tầm
Đó là khoảng thời gian tôi đói nhất và buồn nhất trong ngày

Phía bên kia đường tôi đợi
Những chiếc lá tôi không biết tên
Phủ đầy bụi
Những chiếc lá dịu dàng rụng xuống
Cơn mơ buổi chiều vàng thắm dâng lên

Trong cơn mơ đói và buồn
Các cô gái đẹp mặc váy cưỡi xe máy phóng qua
Như dao sắc phất vào tôi tứa máu
Tôi nấc lên một câu hỏi như người sặc khói
Rằng nếu tôi lấy họ
Tôi sẽ ngủ với họ thế nào
Và chuyến xe tan tầm lại đến
Ọp ẹp và bẩn thỉu như chiếc lồng vịt khổng lồ
Tôi vội vả bước vào trong đó
Các cô gái buôn chuyến đang ngoẹo đầu ngủ
Tóc tai quần áo sặc mùi cá khô
Giấc mơ sẽ thế nào trong giấc ngủ thế kia
Và lòng tôi nhói một câu hỏi
Rằng nếu tôi lấy họ
Tôi sẽ ngủ với họ như thế nào

A Question for the End of Day

I lean against a moldy wall
To wait for the bus
At the end of a working day—
A time when I am mostly hungry and sad.

In front of me is a tree
Whose name I don't know.
Dust-covered leaves are falling
And a yellow dream of dusk is rising.

In the dream I am hungry and sad.
Beautiful girls in expensive dresses
Speed by me on their motorbikes
Cutting my blood with sharp knives
And I gasp as a question
Catches my throat like smoke:
If I married one of those girls
Could I sleep with her?

At last the bus arrives,
A huge rickety duck cage.
I rush to get on, and inside I see
Village girls with things to sell
Sleeping with bent necks.
Their hair and clothes smell of dried fish.
I wonder how they dream, with their necks like that.
And a question pierces my heart:
If I married one of those girls
Could I sleep with her?

Trong giấc ngủ muộn

vơi Hải, Vinh, Mạnh . . .

Trong căn phòng nhỏ bé tôi thường thức giấc
Khi bạn bè tôi trên những chiếc giường cá nhân vuông
    vức như những tấm ván
Nằm co quắp, nằm sóng xoài, nằm ngoẹo đầu, nằm sấp
Người ú ớ, người nghiến răng, người thở dốc, người rên rỉ
Trong giấc ngủ muộn.

Những chiếc dép ở bên ngoài bậc cửa
Như bầy chó con rúc đầu nhau nằm ngủ
Nắng sớm bò dần đến bậc cửa
Liếm dịu dàng lên lưng bầy chó con

Trong giấc ngủ muộn kia, bạn bè ơi, mơ thấy gì
Có giống giấc mơ tôi đêm đêm
Tôi cùng hai con chó con lông xám của tôi
Từ bậc cửa này đi ra
Đến nơi ban mai chưa mặc áo

Dọc con đường bao đôi dép tôi thay
Bấy nhiêu con chó con đã theo tôi lên đường trong
    mộng mị
Chúng chết cho khao khát của tôi
Khao khát ôm ban mai chưa bao giờ mặc áo

Bạn bè ơi, bạn bè đang rên rỉ trong giấc ngủ muộn
Trong mơ có lên đường cùng lũ chó con?

Sleeping In

for my friends: Hai, Vinh, Manh . . .

In the small bedroom I always get up early
While my friends are still asleep in their beds.
They curl up, or turn on one side;
They lie on their backs, or their stomachs.
This one mutters, that one pants;
Another moans, or grinds his teeth.

Their sandals sit on the doorstep
Like puppies sleeping together.
Early sunlight crawls
Onto the step and licks their backs.

My friends sleeping in, what are your dreams?
Are they like the dream I have each night?
I set out on the road with two gray puppies
To find the dawn before it puts on its clothes.

On the way I keep changing my sandals;
Puppies keep coming after me
And dying because I long to lie
In the arms of the naked dawn.

Oh my moaning friends, my friends sleeping in,
Are you setting out with your puppies in your dreams?

Những đám mây vàng

Những đám mây vàng khổng lồ bay qua hoàng hôn thành phố
Không phải thành phố quê hương tôi, không phải bầu trời xứ sở tôi
Xe hơi chạy không còi, không tiếng rú
Những vòm lá quẫy lên không xào xạc
Những cô gái đẹp không máy môi
Tất cả như bày trong quầy hàng rực rỡ.

Tôi có 72 đô la Mỹ trong túi đi dọc dãy phố ngạt thở mùa hè
Tôi có mấy người bạn đeo ca–ra–vát nghe nhạc compact trong
   phòng máy lạnh
Tôi gặp những đứa trẻ người Việt như hình người trong
   chương trình trò chơi máy tính
Chạy đi chạy lại trên sân sứ quán nóng ran như mặt bóng hình

Những đám mây vàng rên rỉ trong cổ họng bay qua hoàng hôn
   thành phố
Đêm nay, trong mơ, tôi đuổi kịp những đám mây. . .

Bangkok, 1993

Yellow Clouds

Huge yellow clouds fly across the city at dusk.
It's not my hometown, not my sky.
Cars rush by without horns or screeches;
Leaves shake, without noise.
Beautiful girls whose lips don't move
Stand poised, as if displayed in well-lit windows.

With seventy-two American dollars,
I walk down the street in summer's breathless heat,
While my friends listen to compact discs
In air-conditioned rooms.
At the embassy, Vietnamese children
Chase each other across the yard
Like images on a hot computer screen.

Only the big yellow clouds moan
As they fly across the city at dusk.
Tonight I'll be running after them in my dream.

Bangkok, 1993

Cơn mơ thánh đường

Sao tôi không nhập vào đoàn nữ tu
Đang đi trên con đường vào tòa nhà của Ủy ban Thành phố
Có phải sau tòa nhà kia là thánh đường
Chiếc dương cầm cũ tróc sơn dâng những tiếng nấc nhẹ
Có phải là nơi trái tim tôi ở lại
Thở đê mê trong sương tím chuông chiều
Có phải là nơi tôi để chân trần trong áo khăn dịu ấm
Từng bước đến thiên đường trên đá hoa cương

Sao tôi không nhập vào đoàn nữ tu
Để xa lánh như tục tằn, tội lỗi
Những chuyến xe đi làm rất vội
Những bữa cơm nấu vụng của một người đàn bà
Những đồng tiền nửa đời vẫn đùa tôi độc ác
Những câu thơ vội vàng chết lúc nửa đêm

Và ở nơi yên ả thánh đường kia
Tôi như cậu học trò chăm chỉ và yếu đuối
Ngủ gục trên những chồng sách thánh
Giấc ngủ chiều mộng mị mờ xa
Người đàn bà của tôi lại hiện ra
Trong ánh sáng ô kính vàng run rẩy
Lại mang cho tôi cây đèn dầu hôi, một bữa cơm nấu vụng
Lại buông tóc dịu dàng, khe khẽ gọi tên tôi

Dream of the Church

Why didn't I join the procession of nuns
On the road that goes to the City Council building?
Was that the church, there, just past the building?
An old piano with peeling paint gave little gasps.
Did it come from my heart, the delirious breath
Drifting through lavender mist, with afternoon bells?
Were those my own bare feet, under soft warm clothes,
Step after step on the marble road to heaven?

Why didn't I join the procession of nuns,
Leaving behind the vulgarities, the sins,
The hurried rides to work,
The bad meals cooked by my woman,
The coins that still tormented me,
The quickly written lines that died at midnight?

There, in the peaceful church,
I'd be a scholar, studious and frail.
I'd fall asleep with my head on a pile of books
And wake in the late afternoon, drowsy and distant.

Then, in the light pressing through yellowed glass,
My woman would appear again,
Bringing me a lamp and another bad meal.
Once again, she would let down her hair
And gently call my name.

Dòng sông

Thức dậy từ cơn mơ, cả cúc áo cũng không cài hết
Cả tóc không kịp buộc, không kịp cả dặn dò
Tôi và em chạy về từ hai miền xa lạ
Qua những cánh đồng, cỏ bần bật run lên

Những hạt sương tung lên những chùm sao lấp lánh
Con nhện cỏ giật mình chạy hút cuối đường tơ
Tung lên những con nhái xanh, tung từng mùa châu chấu
Tung lên những hạt cỏ vàng chạm xuống như chuông

Ta chạy đến hai phía bờ, quỳ xuống trước sông
Sông ở giữa đôi ta—một chân trời chuyển động
Những vầng mây xỉn màu vì gió
Những cánh buồm khổ đau tự xé và tự vá lại mình

Những con bống sông, những chiếc chìa khóa vàng, đang mở cửa
Thế giới nước bên kia có ngôi nhà chúng mình
Cúc áo không cài hết, tóc ra không kịp buộc
Tiếng chìa khóa vang lên gấp gáp dọc đôi bờ

Sao ta không chạy nữa, sao ta dừng lại ?
Sao ta không trườn xuống sông như đôi rùa mai nâu
Như đôi cá rô nhận ra sự đánh lừa của lạch nước nhỏ
Như hai chiếc hoa ngô ai ném xuống đáy chiều

Ta chạy qua bao cánh đồng, vừa chạy vừa ngoái lại
Sao ta không chạy xuống sông, sao ta quỳ xuống đôi bờ
Ta ngửa mặt lên trời như hai con ếch cốm
Ta không gọi mưa rào, ta gọi tóc ta thôi

The River

We wake from our dream with no time to button our shirts,
To tie back our hair, to leave word with our families.
We run together from two distant places
Through fields of trembling grass.

Dewdrops are thrown in the air like stars;
The grass spider, startled, runs to the end of its line.
Grasshoppers, toads are thrown in the air,
Seeds of yellow grass are thrown in the air and ring like bells.

We run from two directions and kneel on two banks;
The river's a moving horizon between us.
The clouds are sails discolored by wind,
Unhappy sails that tear and mend themselves.

The gobies are golden keys to the door
Of the water world where our house is waiting.
No time to button our shirts, to tie back our hair—
The rattle of keys echoes, rushing along the banks.

Why don't we keep running? Why have we stopped?
Why don't we crawl in the river like brown turtles?
We're perch that climbed the falls, deceived by tiny inlets;
We're two cornflowers thrown on the floor of dusk.

We run through many fields, we run and look back.
Why not run into the river? Why do we kneel on the banks?
We turn our faces up to the sky like frogs,
Summoning not the rain, but each other's hair.

Ta chạy qua bao cánh đồng, qua bao mùa cày cuốc, gieo gặt
Vừa chạy vừa ôm cơn mơ như chạy giặc trời
Sao đến bờ sông ta quỳ xuống khóc
Sao những con đò tự đắm trước bình minh

Ta chạy qua bao cánh đồng, qua những mùa cỏ dại
Hạt cỏ tươi dạt vào túi áo ướt của em
Sao em không bứt vội sợi cỏ ghì tóc lại
Tóc em gào lên phần phật ngang đồng

Những con bống sông mỗi lúc quẫy một mạnh
Tiếng chìa khóa mở cửa gấp gáp vang lên
Thế giới nước mở ra cánh cửa mềm và nặng
Sao ta quỳ hai phía bờ, xin lỗi những vầng mây

Tôi và em chạy qua bao mùa tốt tươi, bao mùa khô héo
Mùa cỏ ngọt ngào, mùa ngữ cốc đắng cay
Tóc ta không kịp buộc, cúc áo không cài hết
Sông đang đợi ta về bằng nhịp nước đổi thay

We run through many fields, through seasons of plowing
    and sowing.
We run, dreaming we're running from sky rebels.
Why do we come back to the banks of the river and cry?
And why do the ferryboats sink themselves before dawn?

We run through many fields, through seasons of wild grass;
Fresh grass seeds roll in a pocket of your shirt.
Why don't you pick a stem of grass to tie back your hair,
Your hair that is streaming wildly across the fields?

Oh the river gobies are skipping wildly,
The turning keys are rushing, rattling, echoing,
The water world is opening its soft doors.
Why do we kneel on the banks, and apologize to the clouds?

We run through rainy seasons, through dry seasons,
Through seasons of sweet grass and bitter grain.
No time to button our shirts, to tie back our hair—
The river is waiting for us, changing its song.

Chuyển động

Như một thành phố vùi trong lòng đất tự xa giờ thức dậy. Bầy ốc sên bò qua vườn trong ánh trăng chói gắt như nắng trời mùa hạ. Những chóp vỏ chói sáng như hạt kim cương đính trên vương miện nữ hoàng đêm dạ hội. Những tấm thân mềm và ướt lướt đi trong êm ái rợn người. Đôi râu ăng- ten phóng lên bắt những âm thanh xa lạ. Ngôn ngữ bí ẩn nào đang hạnh phúc hay đau khổ gọi bầy sên.

Ánh trăng im phắc, những vòm cây im phắc. Bầy ốc sên bò qua giấc ngủ của cỏ và của những chiếc lá vàng rụng trên mặt đất. Chúng miết những tấm thân mềm qua những mảnh chai vỡ sắc lạnh. Tôi không nghe thấy tiếng chúng kêu than hay nguyền rủa điều gì. Chỉ cảm thấy có tiếng nước dâng lên, dâng lên mãi tràn ngập cả đêm trăng.

Bầy ốc sên đã giấu mình trong những gốc chuối, những bụi gai. Giờ thức dậy dưới trăng và ra đi lặng lẽ. Khu vườn này là quê hương chúng, hay là khu vườn bên, hay còn . . . xa nữa. Chúng đang rời bỏ quê hương mình hay đi tìm lại quê hương. Dù thế nào thì tôi cũng vẫn muốn hát lên một bài ca. Bởi sự ra đi của chúng đẹp làm sao, như một cơn mơ, như một đêm vũ hội.

Con ốc sên cuối cùng đã bò qua bức tường bao quanh vườn cũ mốc. Cái chóp vỏ cuối cùng đã khuất phía bên kia. Những tia sáng cuối cùng của những hạt kim cương vụt tắt. Vệt bò của chúng để lại những dòng sáng đặc lóng lánh, những vệt sao đổi ngôi đọng mãi trên trời.

Bên cửa sổ đêm nay, tôi áp mặt vào những song sắt thì thầm lời từ biệt.

Motion

Like an ancient town buried underground for thousands of years that is just now waking up, the snails creep across the garden under moonlight as dazzling as sunlight in summer. The tops of their shells flash like the diamond beads of a queen's crown on a festival evening. Their soft wet bodies glide, trembling with tenderness. Their antennae rise toward the sky to catch the waves of strange sounds. What secret language, happy or sad, is calling the snails?

The moonlight is quiet, the trees are quiet. The snails creep over sleeping grass and fallen leaves. Their bodies glide over sharp-cold bits of broken glass. I can't tell whether they cry or curse. What I hear is the sound of water, rising to flood the moonlit night.

The snails hid in banana plants, in thorn-bushes. Awake now, they silently slip away. Is my garden their native land, or the next garden, or still another garden? Are they running away from their native land, or finding their native land? It doesn't matter: I sing a song tonight because their departure is as marvelous as a dream, or a festival evening.

The last snail creeps over the old wall surrounding my garden. As the top of its shell disappears, the last diamond light of the queen's crown fades away. The snails leave glittering streams of light in their paths, and the streaming stars change position in the sky.

Behind the window of my house tonight, I whisper Goodbye to the snails.

Gọi hồn

Dưới ánh sáng những vầng mây mùa đông
Bên những ngôi nhà cao tầng vừa thở dốc vừa chống gối đứng dậy
Bên những quán đang đổ rượu mê man vào một miền khô trụi
Những đám cỏ vô tình được cứu sống dạt vào nhau

Tôi mang cơn mơ nham nhở của màu xanh
Suốt tuổi thơ không hay cỏ từng ngày bị săn đuổi
Những con dế bật càng xa, xa mãi
Mưa giêng hai góa bụa khóc sang hè

Tôi đi qua cái chết của màu xanh với 30 năm vừa rũ chiếu vừa khóc
Tôi đi qua những kẻ sát nhân đang bắn vào hơi thở
Không nhìn thấy nhà tù nào mà mỗi ngày tôi mất đi một cỏ
Không nghe tiếng súng nào mà ngực cỏ vỡ đêm đêm

Ôi chiều nay trên đại lộ bê tông xuyên vào thế giới cuối cùng
    của cỏ
Một con ngựa trắng đi cúi mặt, rũ bờm
Cỗ xe tang chở cái chết của màu xanh với hai cánh mũi lên cơn
    sốt rát bỏng
Và tất cả những vệt cơ đang rung lên tiếng hí gọi hồn

98

Summoning Souls

Under the light of winter clouds,
By tall buildings panting to stand up,
By inns where alcohol pours into bare feelings,
Patches of grass, accidentally saved, support each other.

I carried a torn green dream through my childhood.
I didn't know: did the hunted grass suffer?
The crickets' song is farther away now;
Widowed spring rains cry into summer.

I cross the death of green with more than thirty years
Of spreading my sleeping mat and weeping,
I cross the path of killers who shoot at breath.
I see no prison, but grass disappears each day;
I hear no guns, but the breast of grass is broken night after night.

This afternoon, on a street that runs through the last world of
    grass,
A white horse walks with bowed head and drooping mane,
A hearse for the death of green, with a feverish nose.
All the blades of grass shake,
And the horse neighs, summoning their souls.

Dưới trăng và một bậc cửa

Tràn đến bậc cửa rồi.

Những chiếc lá non mạ bạc
Đang múc từng thìa trăng
Những bóng cây say đổ vào nhau.

Dạt theo những lớp sóng trăng
Con dế mèn lãng mạn
Con gián khát thèm
Những mối tình đang đến và đang chia xa
Những bối tóc góa bụa xổ tung cười ngất
Những xé rách, những vá liền, những phân tán, những khô cong
    và những . . .

Em đã đến trước trăng
Em chỉ thở được trong khoảng đục của thời gian, không gian

Tràn qua bậc cửa rồi.

Moonlight and a Doorstep

Moonlight spills onto the doorstep.
Young leaves are silver spoons, scooping it up.
Shadows of drunken trees fall into each other.

Riding the waves of moonlight
Are romantic crickets, thirsty cockroaches,
Love coming together and parting,
The hair knots of widows breaking into laughter,
Rippings, mendings, scatterings, dryness,

And you, who arrived before the moon,
Who breathe best in the mist of space and time.

Không thể nào tìm được người quen trong đêm nay
Tôi bò qua bậc cửa nhà mình
Con gián xòe cánh bay
Chuyến vận hành mông lung mang theo ổ trứng
Vệt chói sáng ghê rợn và kỳ thú
Càng xa . . . càng gắt . . . càng tê liệt
Những rễ cây đang ân ái dưới đất nâu
Sự ân ái phì nhiêu và rụng lá
Nhân loại bày ra trong giấc ngủ mụ mị
Càng mơ càng cuống bước chân
Không có bậc cửa nào cho tôi bò qua

Những con sâu, những vệt sáng ngắn chảy từ gốc lên cành
Chúng ngoan ngoãn liếm trăng trên những chiếc thìa lá mạ bạc
Lũ trẻ còng queo ngủ
Những dãy số đánh lừa và phản bội chúng
Trong mơ chúng có liếm trăng trên vòm lá kia không?

Sự cấu tạo trăng, sự cấu tạo côn trùng, sự cấu tạo người
Sự cấu tạo nào nhiều máu hơn, sự cấu tạo nào nhiều bóng tối hơn
Tội ác khe khẽ bế từ thiện ngủ mệt mỏi sang giường người khác
Cơn mơ bàn chân trần tướp máu
Đi trên những mảnh chuông vàng thánh thót
Ngân trong cái lưỡi trăng chói sáng và sắc lẻm
Lách vào hư vô nhựa chảy ròng ròng

I can't find any companions tonight.
As I creep across my doorstep,
A cockroach spreads her wings to fly,
Traveling with her eggs behind her,
Little streaks of quivering light.
The farther she flies, the stronger, the more transfixed—

Under the earth, tree roots are making love.
Love is fertile, love is fallen leaves.
We reveal ourselves in dull sleep:
The more we dream, the more our footsteps falter.
There's no doorstep for me to creep across.

Insects, tiny streaks of light,
Run from the base of the tree to the branches,
Obediently licking moonlight from silver leaves,
While our children curl up in sleep,
Betrayed by rows of math-book numbers.
In their dreams, do they lick moonlight from the leaves?

The creation of a moon, an insect, a person—
Which is more bloody, more dark?
Crime carries goodness, fast asleep, to the other bedroom.
Dream, with bleeding feet, walks on fragments of gold bells
That vibrate on the sharp tongue of moonlight
As it slides into nothingness, making the sap flow.

Không thể nào tìm được em trong đêm nay
Những ngôi nhà, những ổ đất nghi ngờ đóng cửa
Dưới mái rạ sũng trăng
Con bống cái chửa hoang ngơ ngác và thường chết ngắt
Chỉ còn tiếng nước thánh thiện ngân xa
Niềm an ủi cuối cùng là sự kiệt sức
Hai cánh tay tôi—hai vây cá rách tướp
Dìu nỗi sợ chửa hoang đi tìm ổ đất buồn

Chảy ướt nỗi buồn, chảy ướt niềm hạnh phúc
Chảy ướt những gì nhân loại đang do dự
Như một nồi bột bánh
Đặc dần và bốc hơi trên mặt đất đói mềm
Những con chó ngửa mặt tru trăng
Không có chức năng canh giữ, không có cơn sốt dại,
    không có . . .
Những cánh rừng đang khóc
Linh hồn cây vục dậy từ ổ lá mục
Mở ra đêm vũ hội đầy bọ chó
Cố hương buồn rã cánh
Cố hương mê mẩn và lạc đường
Trong những cánh rừng đầy quỉ
Không thể nào tìm được người quen trong đêm nay

I cannot find you, my woman, tonight.
Houses, holes of earth with straw roofs soaked in moonlight,
Are anxious and close their doors.
A river goby gets pregnant and faints;
Only the sound of sacred water echoes in the distance.
Exhaustion is our last comfort.
My two arms, my two torn fins,
Carry my fear of getting you pregnant
And seek a sad hole made of earth for us.

Moonlight saturates happiness, sadness.
It saturates our hesitations like batter
That thickens and brings steam to the hungry ground.
The dogs look up and howl at the moon for no reason:
They're not rabid, they're guarding nothing, they're not—

The jungle cries; souls of trees rise from rotting leaves
And open a festival night of dancing fleas.
My native village is sad, with broken wings,
My native village, bewitched, has lost its way.
In a jungle full of devils,
I can't find any companions tonight.

Đã tràn qua bên kia
Những bầu vú tươi non trở lại
Những hơi thở được đốt nóng trở lại,
Trên mảng tường ẩm mốc
Bầy kiến lang thang theo tri giác của mình
Con đường kiến—miên man cơn sốt
Những con kiến tí hon với cái đầu vĩ đại
Đi về đâu những điều đúng trong trăng
Đi về đâu những điều sai trong trăng
Và ôi, con dế mèn lãng du
Hãy vì đồng loại mày trong đêm mê dại này mà đừng vuốt râu
Chiếc đàn hình lá cỏ
Bài ca xanh ngập ngụa lối mòn.

Không thể nào tìm được người quen trong đêm nay
Tôi đã đánh mất tôi một nửa
Tôi tự sinh cho tôi thêm một nửa
Nửa nào có máu và nửa nào mất máu
Hai bàn tay tôi hai chiếc thìa mạ bạc nham nhở
Đang múc từng thìa trăng
Tôi đói chưa bao giờ đói hơn
Tôi khát chưa bao giờ khát hơn
Tôi khóc
Những rễ cây chộp lấy tôi và nghiền tôi thành nước
Tôi lao theo những thớ cây vùn vụt lên cành

Moonlight has flowed to the other side.
Breasts are young, breath burns hot again.
On a moldy wall, ants follow their own
Rambling perceptions, as if in a fever—
Tiny ants, with immense heads.
Where do the right things go?
Where do the wrong things go?
And oh, the roaming crickets!
Think of your own species tonight
And don't just stroke your beard!
A guitar shaped like grass
Fills a path with its blue song.

I can't find any companions tonight.
I've lost half of myself
And given birth to another half.
Which half has blood, which has water?
My hands are tarnished spoons scooping moonlight.
I cry, hungry and thirsty as never before.
When tree roots seize me and crush me to water,
I rush through the trunk and rise to the highest branches.

Không thể nào tìm được em trong đêm nay
Tôi là bông hoa mướp cuối cùng của mùa hạ u mê rụng xuống
Con cóc già lơ đễnh và tinh quái
Nó vuốt trăng trên mặt nhìn tôi
Bàn tay nó mềm và lạnh
Sự khởi đầu bao giờ cũng giống sự vuốt ve

Trôi qua . . . trôi qua
Những đám mây mềm, ươn ướt và xốp
Chiếc khăn tay của người đàn bà đẹp nhất và buồn nhất thế gian này
Đang thiêm thiếp trong sa mạc trăng

Hình như có một bậc cửa cho tôi bò qua
Nơi ấy sóng trăng đang vật vã.

I cannot find you, my woman, tonight.
I fall, the last squash flower of summer.
An old toad, sly and indifferent, with cold hands,
Holds moonlight up to my face and looks at me.
Beginnings resemble that gesture.

The clouds are drifting, soft and wet.
The handkerchief of the saddest, loveliest woman in the world
Is sleeping in a desert of moonlight tonight.

There's something like a doorstep for me to cross over,
There, where moonlight is throwing itself on the ground.

Hòa âm của những đa bào

Người nắm chặt những hạt giống và thả vào bầu trời đất nâu
Bầy sơn ca lấp lánh xuyên qua những đám mây mùn bụi
Từ cổ họng trắng tinh chói lên âm điệu tương lai ký ức
Bầy sơn ca bay qua biên giới xộc xệch của đói nghèo
Bay qua hơi nóng ngứa ngáy của cơn mơ no ấm
Bay mãi vào đất đai đang run rẩy ứa tràn

Ngôn ngữ cấy trồng, gặt hái rụng xuống những chiếc lông xơ
Chiếc áo cần cù xé ra băng vết thương mùa màng hổ thẹn
Gió quẩy đuôi vật để làm tan đám bèo mây ngơ ngác
Chùm trứng sao lững lờ trong đáy nước trời xa

Bóng tối rót qua những phễu rạ tươi
Lỏng lảnh chảy vào vết rạn của chiếc bình ánh sáng
Bầy nhái kéo những cỗ súng thần công ra khỏi thành đất
Bắn những viên đạn âm thanh ẩm ướt, mơ hồ
Cánh đồng bị thương kêu lên một tiếng cười ngái ngủ
Và lịm vào những thửa ruộng bùn nâu

Lúc đó phía làng, những ngôi nhà dựng lên bằng chứng của sự
    thất bại
Những đa bào đang bóc khoai và mơ lợn nái đẻ nhiều
Tất cả là sáo mòn, tất cả là vô sinh trừ ngọn lửa
Vừa thức dậy dịu dàng tắm rửa những ban mai.

A Harmony of Singular Beings

The farmer clutches seeds in his hand,
Then throws them into a sky of brown soil.
Shining larks fly through muddy clouds,
A song about the remembered future
Rising from their white throats.
They fly across the loose border of hunger,
They fly through the prickly heat of a prosperous dream,
They fly into lands that have overflowed with blood.

The language of sowing and reaping comes down in feathers;
Industry's shirt is torn to dress the wounds of disgraced
	harvests.
The wind's tail swishes, dissolving the dazed clouds,
While star-eggs sit at the bottom of the sky.

Darkness pours through fresh-cut stubble
And flows into cracks of peaceful light.
Frogs pull mortars out of an earthen fortress
And shoot dim wet shells.
The wounded fields laugh sleepily
And sink into brown mud.

Village houses raise signs of failure
While singular beings peel potatoes
And dream of sows giving birth to large litters.
They're all lifeless, they're all alike,
Except for the fire that has just woken up,
That is washing the coming dawns.

Ban mai

Bóng tối đêm gần sáng như một con mèo nhung khổng lồ bước
    đi uyển chuyển
Cái đuôi mềm của nó chạm vào tôi làm tôi tỉnh giấc
Tôi cựa mình như búp non mở lá
Ý nghĩ mỉm cười trong vắt trước ban mai

Những xôn xao lùa qua hơi ẩm
Vọng về từ cánh đồng rộng lớn mờ sương
Tiếng bánh xe trâu lặng lẽ qua đêm
Chất đầy hương cỏ tươi lăn về nơi hừng sáng

Ơi . . . ơi . . . ơi, những con đường thân thuộc
Như những ngón tay người yêu lùa mãi vào chân tóc
Ai gọi đấy, ai đang cười khúc khích
Tôi lách mình qua khe cửa, ơi . . . ơi . . .

Người nông dân bế tôi lên và đặt vào thùng xe
Dưới vành nón của người cất lên trầm trầm giọng hát
Như tiếng lúa khô chảy vào trong cót
Như đất ấm trào lên trong loé sáng lưỡi cày

Chiếc bánh xe trâu một nửa đã qua đêm
Một nửa thùng cỏ tươi còn trong bóng tối
Và sau tiếng huầy ơ như tiếng người chợt thức
Những ngọn ban mai mơn mởn rướn mình

Daybreak

Darkness moves like a black cat toward morning;
Its tail nudges me out of sleep.
I stir like a leaf coming out of its bud,
And my thoughts, clear and smiling, face the day.

Sounds of life slide through rising vapors
And echo from the distant misty fields.
A buffalo cart rolls quietly through the night
And carries the smell of fresh grass toward morning.

Hey hey hey . . . the little roads are my lover's fingers
Sliding down to the roots of my hair.
Who is calling? Who is laughing? I slip
Through the crack of the door *hey hey hey*.

Now the farmer lifts me into his cart.
From under his wide hat his bass voice sings,
Like rice flowing into a bamboo bin,
Or soil rising behind a flashing plowshare.

Half of a wheel moves out of the night,
Half of the cart is still in darkness.
Prodded by the farmer's voice, like someone waking up,
The winds of the new day lift their young bodies.

Những học sinh mới và một thầy giáo cũ

Về những buổi đọc của các nhà thơ Mỹ

Thế giới còn lại từng đó người
Úp mặt cầu xin, ngửa mặt trăn trối
Những bài thơ ba mắt bay qua xứ sở bóng tối
Chúng ta những kẻ giam cầm, những kẻ tự do
Chúng ta những xác chết tươi, những thân sống đang tằn tiện thở
Chúng ta giấu phổi mình trong bếp ám khói
Hay đánh rơi trong lá mục rừng già.

Thế giới còn lại từng đó người
Chúng ta tắm trong đầm lầy nhu nhược và ngạo mạn
Bong bóng bùn mở miệng mỉa mai chúng ta
Chúng ta hong bộ mặt mất nước trước lửa máu gào vang trong
      gió đỏ
Khi những con dơi độc một cánh biết nói nhiều ngôn ngữ
Đeo kính lão và bay tìm bầu vú mới
Của những người đàn bà hôi hám và bí ẩn của xứ sở chúng ta

Những cái mũi chúng ta rung lên những hồi chuông sợ hãi
Trái tim chúng ta đào hố sâu và ngửi những nấm mồ
Những cái tai nghễnh ngãng chúng ta vào mùa rụng lá
Những cái tai non đang nẩy ra từ những kẽ ngón tay

Thế giới vẫn còn lại từng đó người
Và một dòng sông đuối nước trên đầu thưa bến đợi
Nơi những con cá không vây, không mang, không đuôi đang tìm
      vào lớp học
Nơi một ông giáo già với cơn ho mùa đông vỡ ra từng cụm khói
Nhổ một ngón tay không đeo nhẫn của mình
Viết lên bảng đen một dấu phảy giống con mắt xếch
Rồi ngồi khâu ống quần đợi học sinh đến lớp
Với những tập giáo trình đầy những chữ O.

114

New Students, Old Teacher

for the American poets

We're the only people left in the world.
We lift our faces to pray, to utter our final words.
Three-eyed poems fly across the home of darkness.
We're prisoners, we're free;
We're recent corpses, we're living bodies
Who measure our breaths carefully:
We've hidden our lungs in smoky kitchens,
We've lost them in rotting jungle leaves.

We're the only people left in the world.
We bathe in muddy marshes of fear and pride
Where bubbles open their mouths to curse us.
We dry our waterless faces before a fire of howling blood
While one-winged bats speak many languages,
Flying about in eye glasses, in search
Of the new breasts of our musty women.

Our noses chime, like terrified bells.
Our hearts dig deep holes; they sniff graves.
Our half-deaf ears fall like autumn leaves
And new ears sprout in the spaces between our fingers.

We're the only people left in the world.
A waterless river flows over our heads,
Where fish without fins or gills find their way to class
And an old teacher breaks cloud after cloud of smoke
With his winter coughs. He plucks
Off a ringless finger to write on the blackboard
And makes a comma that looks like a slanting eye.
Then he sits down and sews his pants,
Waiting for new students to come, their books filled with
   zeroes.

Lời trăn trối của tương lai

"Trái đất sẽ kết thúc bằng sự tự bóc vỏ"
"Con trai ơi, con sẽ sinh lại cùng ngày với cha."

Cha tôi giơ bàn tay nhiều vết xước
Vẫy chào tôi một buổi sáng khô trời
Những hàng cây màu ghi lướt đi bên đường ký ức
Đôi bánh xe gỗ trầm tươi ngát lướt xênh xang
Tôi mở túi tìm lại đồng kẽm rỉ
Kẹp giữa hai hàm răng và nghĩ tới bầy chim
Trong sương sớm đầu đông tìm về đầm cỏ lác
Những con nhện sinh cùng tôi ngái ngủ đến bây giờ.

"Trái đất sẽ kết thúc bằng sự tự đập vỏ"
"Con trai ơi, con sẽ sinh lại cùng ngày với ông bà con."

Tôi lặng lẽ buông rèm hai bầu trời cha tôi phủ mờ hơi nước
Rồi cấp chiếc sàng thưa tìm đến đầu nguồn
Bà tôi giặt áo không xà phòng, phơi lên những bộ xương cá quả
Và nhảy lò cò quanh những vũng trâu
Tôi ngồi xuống tìm hang rồng và nói:
"Ôi những trò chơi khốn khổ của bà."

"Trái đất sẽ kết thúc bằng sự tự nghiền hạt"
"Con trai ơi, con sẽ sinh lại cùng ngày với tổ tiên con."

Cha tôi nói với tôi từ bên kia mí mắt
Tiếng người dội đáy ngón chân và vọng lại đỉnh đầu
Những ngọn gió thế kỷ sau ùa về làm tôi trở dạ
Tôi tìm mảnh gốm vàng cắt rốn trẻ sơ sinh.

The Last Will and Testament of the Future

"The earth will end by shedding its hull.
My son, you'll be born again, with me."

My father lifts his cracked hand
To wave me into a morning of clear sky.
Gray trees lining memory's road rush by;
Two rolling wooden wheels shine like light.
I find a rusted coin in my pocket,
Press it between my teeth
And see birds in early winter frost
In search of grassy lakes where spiders,
Born when I was born, are just waking up.

"The earth will end by smashing its hull.
My son, you'll be born again, with your grandparents."

I lower bamboo blinds in silence
To cover the watery skies of my father's eyes.
I grab a bamboo sieve and run to the river
Where my grandmother washes clothes without soap
And hangs them on fishbones to dry.
She hops around pools where buffalo cool themselves;
I crouch in the grass, in search of the dragon's cave.
"Grandmother," I say, "your games are nothing."

"The earth will end by grinding its seeds.
My son, you'll be born again, with your ancestors."

My father whispers behind his eyelids,
His voice bouncing off his toes and back to his head.
Then, from the next centuries, winds rush back,
Inducing my labor. I set out to find a golden shard
To cut the navel cords of the newborn children.

Bình minh đang lên

Bình minh đang lên mới mẻ và sạch sẽ hơn mọi sự ca ngợi và
    nguyền rủa của người
Cánh đồng thiêm thiếp sau từng đêm sinh nở
Sương đầm đìa trên cỏ. Sương giàn dụa
Bên hai khóe miệng đất đai mờ tối, thẳm sâu

Nhìn sát đất trong tầm mắt những ngón chân
Bụi ẩm ướt, tốt tươi và nở nang đang đổi chỗ
Nhìn xa chân trời nơi bình minh hé môi cười là bóng
Những gót chân đích thực, những gót chân đang khuất
Như những vệt nước lớn bay hơi nhẹ nhõm không rên rỉ điều gì

Những con chim cựa mình trong tổ đan bằng sợi mềm bóng tối
Và bay lên như mí mắt người chết sống lại đang từ từ mở ra
Những con người mặc áo ngủ hổn hển
Dứt dứt hơi thở đặc sệt dính chặt vào cuối giấc
Cơn mơ nhàu nát hơn tấm áo ngủ, bẹp dí hơn chiếc gối
    mút và quẫn bách hơn tấm màn thủng
Những cái ngáp của người không được quyền so sánh
Với mỏ chim non mở ra đầy ánh sáng, ngọt ngào và cả những lo âu
Và bình minh đang lên như khói, như nước, như da non, như răng
    mọc lẫy
Như hai cánh tay trần con gái trinh tiết vươn lên vấn tóc phía sau
Như người đàn bà không chồng già nua chống gối đứng dậy
Và nhai những miếng trầu giới tính nhiều vôi

The Dawn Is Rising

The dawn is rising, cleaner and brighter than any praise or
    curse.
The field is half-asleep, after a night of giving birth.
Dew covers the grass, dew spills down
From both corners of earth's open mouth.

Close to the face of earth, close to our toes,
I watch wet grains of soil, perfectly formed, changing places.
On the horizon where the dawn smiles,
The shadows of faithful heels disappear
Like streaks of water evaporating calmly, without a sound.

Birds stir in nests woven of fine threads of darkness;
They fly up slowly, like eyelids of the dead coming back to life.
People wearing nightshirts try to stop the heavy breaths that
    bind them in sleep.
Their dreams are more wrinkled than nightshirts, more
    crushed than pillows;
Their dreams are more impoverished than mosquito nets
    with holes.
Their yawning mouths are nothing like the beaks of young
    birds,
Filled with light, with sweet sounds, and with worries.

The dawn is rising like smoke, or water, or tender skin, or
    emerging teeth;
It's rising like the bare arms of a virgin winding her hair,
Or an old widow leaning on her knees to stand up
While she chews a quid of betel, mixed with areca nut and lime.

Bình minh đang lên với hai lá phổi hồng thở ở phía đông và ở
    phía tây
Khi cái lưỡi của người vẫn trườn bò quáng quàng trong vòm
    miệng nồng nồng hôi, nhớp nháp
Khi những trái tim sứt môi được che đậy bằng những hàng khuy đẹp
Khi người mở cửa vẫn bị kẹp ngón tay
Khi người ăn vẫn cắn phải lưỡi mình
Và khi người nhìn vẫn dụi đến rách bươm đôi mắt

Bình minh đang lên, đang lên, những gót chân đích thực
Đang khuất phía mặt trời, ánh sáng đang khuất vào ánh sáng
Và ánh đêm đoan trang đang bảo ban những dòng sông lười chảy
Cho đến khi từ vòm miệng nồng hôi, nhớp nháp
Những cái lưỡi của người tìm được lối ra.

The dawn is rising with two red lungs: one breathes in the
    east, one in the west.
People's tongues are creeping, losing their way in their
    sticky mouths;
Their hare-lipped hearts are covered with rows of buttons.
When they open doors, they pinch their fingers;
When they eat, they bite their tongues.
Their eyes are ground to pieces when they look.

The dawn is rising, rising, as the faithful heels disappear
In the sun; light disappears in light.
The virtuous darkness admonishes lazy rivers,
Until the tongues in the sticky mouths
Finally find their way out.

Với chiếc xe một bánh

Khi tôi rời tôi khỏi vòng tay, đôi vai hay miền ngực của người
Tôi nhận thấy một xác tôi ở lại
Tôi đã chết một cái chết khoảnh khắc
Trong tuyệt vọng cuối cùng, hy vọng đầu tiên
Như con chim cất đôi cánh khỏi bãi cát bỏng khô
Trong phút kiệt sức của chuyến bay ngã xuống
Nó để lại vệt cánh đập mờ và hơi thở sắp thành tiếng hót
Bay về miền trời gọi nó qua kẽ hở li ti trên vỏ trứng nâu hồng

Có những bình minh mưa tối tăm, những hoàng hôn nắng rực rỡ
Tôi đẩy chiếc xe một bánh chở sự thoi thóp trong sạch nhất của tôi
Đi qua những nơi tôi đã chết
Tôi thấy xác tôi như sương vương trên cỏ dại
Người cũng đi qua và người đứng lại
Không phải mặc niệm tôi, nhớ thương tôi mà người choáng váng
Trong ký ức nỗi buồn ngây ngất dâng lên

Đó không phải là ngày những cái móng trên những cái ngón
    tuyệt vời
Và những chiếc lông ngũ sắc trên đôi cánh tuyệt vời bị nhổ
Không phải ngày bị đánh lừa bởi lòng tin của mỡ, của muối tiêu,
    của bia, của trà nóng sau bữa ăn
Đó là ngày ngôn ngữ thứ nhất ngân lên tiếng nguyện cầu trên
    nền mùa thu sạch sẽ
Trong hương thơm của đất, của nhựa cây, của vải hồ và nước
    mắt tự do

122

The Wheelbarrow

Whoever you are, when I move away
From your arms, your shoulders, your chest,
I see my dead body, still there.
I've died a small death, despairing, then hoping,
Like a bird that lifts its wings
From the hot sand where it fell from flight.
It leaves the marks of its beating wings
And its breath that will soon become a song
To fly back to the sky that first called through a crack in its egg.

In rainy dawns and sunny late afternoons,
I push my pure exhausted breath
In a wheelbarrow, past the places I've died,
And see my body as mist in the wild grass.
You pass there too, and stop,
Not to remember me in a moment of silence,
But because you are dizzy, with sad memories rising.

It's not a day when fingernails are cut from beautiful fingers,
When five-colored feathers are plucked from beautiful wings;
It's not a day deceived by meat or salt, beer or tea after a meal.
It's the day the first language echoes from autumn's clean floor,
In the scent of soil and sap, of starched clothes and tears of
    freedom.

Từ thuở lọt lòng tôi đã nhận chiếc xe số phận một bánh
Tôi cầm hai càng xe đẩy ra khỏi cửa và đi
Xe mỗi ngày nặng thêm bởi chất lên bao thứ
Hai cánh tay tôi nổi gân rời rã
Mồ hôi mặt tôi rụng suốt bốn mùa
Con gà trống đất nung đâu đó trong thùng xe vẫn gáy lên từng
  mùa rộn rã
Tôi dừng lại một tay giữ càng xe, một tay vuốt mặt
Tôi nấc lên, cười lên trước bát ngát con đường

Tôi gặp người đẩy chiếc xe như tôi đi cùng chiều hay đi ngược chiều
Hai chiếc xe tựa vào nhau kêu lên khổ đau, sung sướng
Tôi nghe tiếng gân giãn ra, mồ hôi bớt rơi, còn trái tim đập vồng
  lên gấp gáp
Tôi nghe những cánh rừng râm ran nhú ra, những dòng sông hồi
  xuân và những bầu trời đang được cọ rửa
Trong hương thơm mùa ngũ cốc ngọt ngào

Tôi và người đã đi qua những khoảng chết ngắn, qua sự trụi lông
  và bầm đỏ
Để những cơ bắp và máu tươi non như đất mới cày
Trong tiếng mọc của lông măng bình minh ứ máu màu ngọc tía
Trong tiếng nguyện cầu của ngôn ngữ thứ nhất ngân lên trên nền
  mùa thu sạch sẽ
Trong hương thơm của đất của nhựa cây, của vải hồ và nước mắt
  tự do
Rồi sau đó trong bài hát của con gà trống đất nung, tôi với người
  mỗi người một ngả
Nấc lên, cười lên đẩy chiếc xe số phận một bánh lên đường.

When I was born, I was given destiny's wheelbarrow.
I gripped its handles and pushed it through the door.
Every day it gets heavier, as more things are piled on.
My arms are exhausted; sweat covers my face.
A toy rooster still crows from the wheelbarrow,
Rousing the bustling seasons, one by one.
I stop, stroking my face and holding one handle;
I catch my breath and laugh, as I look down the long road.

I meet you going my way, or coming toward me.
Our wheelbarrows lean on each other, in pain and in joy.
I hear my muscles relax, my tears lessen, my heart beat faster;
I hear forests growing, rivers becoming young again.
The sky is polished clean in the scented harvest of sweet grains.

We've gone through small deaths,
Through loss of feathers and purple bruises,
To renew our muscles and blood, like fresh earth.
In the growing sound of dawn's new feathers,
Filled with blood the color of jewels,
In the prayer of the first language rising from autumn's
    clean floor,
In the scent of soil and sap, of starched clothes and tears of
    freedom,
After the song of the toy rooster,
You and I, going our different directions,
Catch our breath and laugh together,
Pushing destiny's wheelbarrow down the road.